യുദ്ധസ്മാരകം

yudhasmarakam
stories
•
balakrishnan
•
first edition
october 2018
•
typesetting
sreebhadra, thiruvananthapuram
•
published
chintha publishers, thiruvananthapuram
•
cover
midas

വിതരണം
ദേശാഭിമാനി ബുക്ക് ഹൗസ്
H O തിരുവനന്തപുരം-695 035
phone: 0471-2303026, 6063026
www.chinthapublishers.com
chinthapublishers@gmail.com

ബ്രാഞ്ചുകൾ
ഹെഡ്ഡാഫീസ് ബ്രാഞ്ച് കുന്നുകുഴി • സ്റ്റാച്ച്യു തിരുവനന്തപുരം • കെ എസ് ആർ ടി സി ബസ് സ്റ്റേഷൻ ആലപ്പുഴ • കെ എസ് ആർ ടി സി ബസ് സ്റ്റേഷൻ എറണാകുളം • മച്ചിങ്ങൽ ലെയ്ൻ തൃശൂർ • ഐ ജി റോഡ് കോഴിക്കോട് • മാവൂർ റോഡ് കോഴിക്കോട് • എൻ ജി ഒ യൂണിയൻ ബിൽഡിങ് കണ്ണൂർ • സെൻട്രൽ ബസ് ടെർമിനൽ കോംപ്ലക്സ് താവക്കര കണ്ണൂർ

CO - 2700 / 4735
ISBN - 978-93-87842-79-3

യുദ്ധസ്മാരകം

(കഥകൾ)

ബാലകൃഷ്ണൻ

ചിന്ത പബ്ലിഷേഴ്സ്
തിരുവനന്തപുരം-695 035

ബാലകൃഷ്ണൻ

1938 ഒക്ടോബർ 9 ന് ഇരിങ്ങാലക്കുടയ്ക്കടുത്ത് മുരിയാട് എന്ന ഗ്രാമത്തിൽ ജനനം. മുരിയാട് പ്രൈമറി സ്കൂൾ, കൊടകര നാഷണൽ ഹൈസ്കൂൾ, ശ്രീ. കേരളവർമ്മ കോളേജ്, തൃശൂർ എന്നീ വിദ്യാലയങ്ങളിൽ വിദ്യാഭ്യാസം. രസതന്ത്രത്തിൽ ബിരുദവും ഭൗതികശാസ്ത്രത്തിൽ ബിരുദാനന്തര ബിരുദവും. 1964 മുതൽ ഭാഭ പരമാണു ഗവേഷണകേന്ദ്രത്തിൽ ജോലി. 1998 ൽ സീനിയർ സയന്റിഫിക് ഓഫീസറായി വിരമിച്ചു.

ആയിരം സൂര്യന്മാർ, നഗരത്തിന്റെ മുഖം, മൃഗതൃഷ്ണ, കുതിര, കവിടി, ഫർണസ്സ്, ആൽബം, ഭാഗ്യാന്വേഷികൾ, ഉന്മാദത്തിന്റെ മുറിവുകൾ, ബോംബെ സ്മരണകൾ മുതലായ പതിനാല് നോവലുകളും, അഞ്ച് നോവലെറ്റുകളും, ഏഴ് കഥാസമാഹാരങ്ങളും പുസ്തകരൂപത്തിൽ പ്രസിദ്ധീകരിച്ചിട്ടുണ്ട്. ചില കഥകൾ കന്നഡയിലേക്കും തെലുങ്കിലേക്കും മറാത്തിയിലേക്കും മൊഴിമാറ്റം നടത്തിയിട്ടുണ്ട്. *കുതിര* എന്ന നോവലിന് കുങ്കുമം നോവൽ മത്സരത്തിൽ പ്രത്യേക സമ്മാനവും (1979) സാഹിത്യപ്രവർത്തനങ്ങൾക്കുള്ള ബോംബെ കേരളീയ കേന്ദ്രസംഘടനയുടെ ഹരിഹരൻ പൂഞ്ഞാർ സാഹിത്യ അവാർഡും (1999) ലഭിച്ചിട്ടുണ്ട്. മുംബൈ സാഹിത്യവേദിയുടെ വി ടി ഗോപാലകൃഷ്ണൻ സ്മാരകപുരസ്കാരം 2010 ലും സമഗ്ര സാഹിത്യ സംഭാവനകൾക്കുള്ള മലയാളം ഫൗണ്ടേഷന്റെ പുരസ്കാരം 2014 ലും ലഭിച്ചു. 2013 ൽ *ചെണ്ട* എന്ന മാസിക ബാലകൃഷ്ണന്റെ എഴുത്തും ജീവിതവും പ്രതിഫലിപ്പിക്കുന്ന ഒരു പ്രത്യേക പതിപ്പിറക്കുകയും അതിന്റെ പ്രകാശന വേളയിൽ മുംബൈയിൽ നിരവധി മലയാളി സംഘടനകൾ ബാലകൃഷ്ണന് സ്നേഹാദരങ്ങൾ അർപ്പിക്കുകയുമുണ്ടായി.

വിലാസം : 17, Phoenix CHS
Sector 9 A, Vashi
Navi Mumbai - 400703
Mob : 9322233012

ഉള്ളടക്കം

പ്രസാധകക്കുറിപ്പ്

ബാലകൃഷ്ണന്റെ 10 കഥകളുടെ സമാഹാരമാണ് യുദ്ധ സ്മാരകം. അറുപതിനായിരം മനുഷ്യരെ ചുട്ടുകൊന്ന വിയത്നാം സ്മാരകവും, വിഭാര്യനായ അയ്യപ്പൻനായരുടെ മനസ്സിലെ ഉഷ്ണവും, രമയുടെ വിഭ്രാന്തിയും, വിനായക് റാവുവിന്റെ ജീവിതവും, ജീവിതം നഷ്ടപ്പെട്ട ജഗതാപിന്റെ അവസാനത്തെ ആശ്രയവും, സരസമായി വരച്ചുകാട്ടിയിരിക്കുന്നു. അരുണിന്റെ പാർട്ടിയും അടുത്ത കെട്ടിടത്തിൽ നടക്കുന്ന സംഭവങ്ങളും സമൂഹത്തിന്റെ രണ്ടു നിലകളിൽ നടക്കുന്ന സദാചാര ലംഘനത്തിന്റെ ആവിഷ്കാരമാണ്. സാമൂഹ്യ വ്യവസ്ഥിതിയുടെ വിമർശനങ്ങളാണ് മറ്റ് ഓരോ കഥകളും.

ബാലകൃഷ്ണന്റെ കഥകൾ ശാന്തമായി ഒഴുകുന്ന അരുവിയാണ്. അതിന്റെ മുകൾപ്പരപ്പും ആഴങ്ങളും വായനക്കാരനെ രസിപ്പിക്കുകയും ചിന്തിപ്പിക്കുകയും ചെയ്യും.

ആർത്തിയോടെ വായിച്ചു തീർക്കാവുന്ന ഈ നല്ല കഥാസമാഹാരം അഭിമാനത്തോടെ ഞങ്ങൾ അവതരിപ്പിക്കുന്നു. വൻതോതിൽ സ്വീകരിക്കപ്പെടും എന്ന ഉറപ്പോടെ.

ചിന്ത പബ്ലിഷേഴ്സ്

യുദ്ധസ്മാരകം

ഞങ്ങളുടെ മകൻ പുതിയ വീട് വാങ്ങിയത് മേരിലാൻഡിലാണ്. അവന്റെ വീടുകാണാനാണ് ഞങ്ങൾ, ഞാനും എന്റെ ഭാര്യയും, അവിടെ പോയത്. സ്വന്തമായി ഒരു വീടുണ്ടാവുക എന്നത് എത്രയും പ്രയാസം നിറഞ്ഞ കാര്യമാണെന്ന് കഠിനമായ പരീക്ഷണങ്ങളിലൂടെയും തീവ്രാനുഭവങ്ങളിലൂടെയും അറിഞ്ഞവരാണ് ഞങ്ങൾ. അതുകൊണ്ട് ചെറുപ്പമായിരിക്കുമ്പോൾത്തന്നെ സ്വന്തമായ ഒരു വീടുണ്ടാക്കിയ മകനെക്കുറിച്ച് ഞങ്ങൾക്ക് അഭിമാനവും ആഹ്ലാദവുമുണ്ടാകുന്നത് സ്വാഭാവികമാണല്ലോ. അതുകൊണ്ടാണ് പെട്ടെന്ന് വിസയും മറ്റും ശരിയാക്കി ഞങ്ങൾ അമേരിക്കയിലേക്ക് പറക്കാൻ തീരുമാനിച്ചത്. വീടായാൽ അടുത്ത പടി എന്താണ് വേണ്ടതെന്ന് ഞങ്ങൾ മനസ്സിൽ നിരൂപിച്ചിരുന്നു ഒറ്റയ്ക്ക് ജീവിക്കുന്നതിന്റെ വൈഷമ്യങ്ങളും ബുദ്ധിമുട്ടുകളും അവനെ പറഞ്ഞു മനസ്സിലാക്കാനുള്ള ഞങ്ങളുടെ ശ്രമങ്ങൾ വിഫലമായതേയുള്ളൂ. അവൻ, ദീപു, അവന്റെ തീരുമാനത്തിൽ ഉറച്ചുനിന്നു.

"ലോകത്തിൽ ജനിക്കുന്നവരെല്ലാം കല്യാണം കഴിക്കണമെന്നും അവർ മക്കളെ ജനിപ്പിക്കണമെന്നും എവിടെയാണ് എഴുതി വെച്ചിരിക്കുന്നത്? ഒരാളുടെ സ്വാതന്ത്ര്യത്തിനും ഇച്ഛാശക്തിക്കനുസരിച്ചുള്ള പ്രവർത്തനത്തിനും വിവാഹം ഒരു തടസ്സം തന്നെയാണ്." അവൻ ഞങ്ങളുടെ വാദങ്ങളുടെ മുനകൾ പെൻസിൽ മുനയൊടിക്കുന്നതുപോലെ ഒടിച്ചു. ഞങ്ങൾ ആ പേജ് മറിച്ച് മകനുമൊത്ത് കുറച്ചു ദിവസം സന്തോഷത്തോടെ കഴിയാൻ തന്നെ തീരുമാനിച്ചു.

അതിനിടയിലെന്നോ ഒരു ദിവസം ഓഫീസിൽനിന്നും വന്ന ഉടനെ ദീപു പറഞ്ഞു. "അമ്മേ വേഗം പുറപ്പെടൂ. നമുക്ക് 'ജയന്റ് ഈഗിളിൽ' പോയി കുറച്ച് ഷോപ്പിങ് നടത്താം."

"ധൃതി പിടിച്ച് പോയി ഒന്നും വാങ്ങാനില്ല. പച്ചക്കറിയും ബ്രെഡ്ഡും

പാലുമൊക്കെ ഇരുപ്പുണ്ട്."

അവൾക്കപ്പോൾ സാരി മാറ്റി ഒരു ജീൻസിനുള്ളിൽ കടക്കാൻ തീരെ താല്പര്യമില്ലെന്ന് അവളുടെ മറുപടിയിൽനിന്ന് തന്നെ ഞാൻ മനസ്സിലാക്കി.

"അതല്ല. നാളെ നമുക്കൊരു ഗസ്റ്റുണ്ട്. ലിൻഡ."

അമ്മ ആ പേർ കേട്ടതും വിളറി വെളുക്കുന്നത് ചുണ്ടിൽ ഒരു കുസൃതിച്ചിരിയോടെ ദീപു നോക്കിനിന്നു.

അവൾ വേഷം മാറാൻ മുറിയിലേക്ക് വന്നപ്പോൾ ശബ്ദത്തിൽ ഒരു വിറയലോടെ പറഞ്ഞു. "ഞാൻ ഭയപ്പെട്ടതും ഊഹിച്ചതും ശരിയാണ്. അവനിവിടെ ഒരു ഗേൾഫ്രണ്ടുണ്ട്. ലിൻഡ." ഞാൻ അവളെ അനുകൂലിച്ചോ പ്രതികൂലിച്ചോ ഒന്നും പറഞ്ഞില്ല. എന്റെ ഭാര്യ വല്ലാത്തൊരാധിയിലും മനക്ലേശത്തിലുമാണെന്ന് ഇത്രയും കാലം അവളോടൊപ്പം ജീവിച്ച എനിക്കറിയാം. അവൾക്ക് എന്നിൽനിന്ന് ഒന്നും മറച്ചു വെക്കാനാവില്ല. അവളുടെ മനസ്സ് നേരിയ തോതിലെങ്കിലും മ്ലാനമായാൽ അല്ലെങ്കിൽ അവൾ സന്തോഷത്തിന്റെ തിരത്തള്ളൽ അനുഭവിച്ചാൽ അവൾ കണ്ണുനനയ്ക്കാതെയും മുഖം തുടുക്കാതെയും അതൊക്കെ ഒളിപ്പിക്കാൻ എത്ര സമർത്ഥമായി ശ്രമിച്ചാലും അതിന്റെ തരംഗങ്ങൾ പിടിച്ചെടുക്കാനുള്ള ഒരാന്റിന എന്റെ മനസ്സിലുണ്ട്.

"ഞാൻ സംശയിച്ചതൊക്കെ സത്യമാണെന്ന് വരുമ്പോൾ മനസ്സ് വല്ലാതെ വേദനിക്കുന്നു."

"അതുകൊണ്ട് എന്തെങ്കിലും ഫലമുണ്ടാവുന്ന് നീ കരുതുന്ന്ണ്ടോ? ഉദ്ദേശിക്കുന്ന കരയിൽ തോണിയടുപ്പിക്കുന്ന ദീപുവിന്റെ സ്വഭാവം നിനക്ക് പുതുമയൊന്നും അല്ലല്ലോ."

"ഞാനിപ്പൊ നാളെ ആ കുട്ട്യോട് എന്താ പറയ്വാ?"

"പ്രത്യേകിച്ച് ഒന്നും പറേണ്ട. അവളെ കാണുമ്പോൾ നല്ലത് തോന്നിയാലും മറിച്ച് തോന്നിയാലും അതൊന്നും പൊറത്ത് കാണിക്കാണ്ട് നല്ല അന്തസ്സായി തന്നെ പെരുമാറ്വാ."

"എന്തെളുപ്പം പറഞ്ഞു! അതൊക്കെ ആണുങ്ങൾക്കേ പറ്റുള്ളൂ. ഉള്ളിൽ ഒന്ന് വെച്ച് പൊറമേയ്ക്ക് മറ്റൊന്ന് കാണിക്ക്യാ. ന്നെക്കൊണ്ടത് താവില്ല്യ. ന്റെ മോനെ വലേട്ട് പിടിക്കാനാ ഭാവംന്ന്ച്ചാല് അത് നടപ്പ്ല്ല്യാന്ന് ഞാനോളടെ മൊകത്ത് നോക്കി തന്നെ പറ്യേം."

"നീ വെറുതെ ഓരോന്ന് ഓർത്ത് ഇല്ല്യാത്ത ടെൻഷനുണ്ടാക്ക്വാണ്. ആദ്യം ആ പെൺകുട്ടിയെ കാണട്ടെ. അവളെങ്ങനത്തോളാണെന്ന് ഏകദേശം ഊഹിക്കാലോ."

"എന്ന്ട്ട് അവളെ നമക്കങ്ങിഷ്ടപ്പെട്ടാ ദീപൂനെക്കൊണ്ട്...."

അവൾക്കത് മുഴുവനാക്കാനായില്ല. അതിനുള്ളിൽ ശ്വാസംമുട്ടനുഭവപ്പെട്ടു.

"അവൻ അങ്ങനെ തീരുമാനിച്ചിട്ടുണ്ടെങ്കിൽ നമുക്കത് തടയാനാവ്വോ?"

"തടയണം. തടഞ്ഞേ പറ്റൂ. ന്റെ കൊക്കില് ജീവണ്ടെങ്കി ഞാനത് സമ്മതിക്കില്ല്യ."

"അങ്ങനെ ദുർവ്വാശി പിടിച്ച് നമുക്ക് ദീപൂനെ നഷ്ടപ്പെടുന്നതിനേക്കാൾ നല്ലതല്ലേ അവന്റെ ആഗ്രഹത്തിന് വഴങ്ങിക്കൊടുക്കുന്നത്?"

അവൾ തേങ്ങലുകളെ നെഞ്ചിൽ തടഞ്ഞു നിർത്താൻ പണിപ്പെട്ടു.

അപ്പോൾ കാത്ത് നിന്ന് ക്ഷമ നശിച്ച മകൻ വാതിലിൽ മുട്ടി.

"അഞ്ച് മിനിട്ടുകൊണ്ട് റെഡിയാവാറുള്ള അമ്മയ്ക്കിന്നെന്തു പറ്റി?"

സതി ബാത്ത്റൂമിൽ കയറി മുഖം കഴുകി വേഗം തയ്യാറായി.

ജയന്റ് ഈഗിളിൽ നടക്കുമ്പോൾ ദീപു അമ്മയോട് പറഞ്ഞു.

"നാളെ അമ്മയുടെ വക രണ്ട് സ്പെഷ്യൽ ഐറ്റംസ് വേണം. ഒന്ന്, കഴിഞ്ഞ തവണ ഞാൻ നാട്ടിൽ വന്നപ്പോൾ ഉണ്ടാക്കിയ പ്രോൺസ് കറി. പിന്നെ നാടൻ സ്റ്റൈലിൽ തേങ്ങ കൊത്തിയിട്ട് വരട്ടിയ ചിക്കൻ. ആവശ്യമുള്ളതൊക്കെ അമ്മ എടുത്തോളു."

അമ്മയും മകനും ഷോപ്പിങ് നടത്തുമ്പോൾ ഞാൻ കോഫീഷോപ്പിൽ കയറി.

പിറ്റേ ദിവസം ലിൻഡയെ സ്വീകരിക്കാൻ ഞങ്ങൾ തയ്യാറായി. പക്ഷേ, സതിയുടെ മുഖത്ത് പ്രകാശം തെളിഞ്ഞില്ല.

ഷൂസിന്റെ ലേസ് കെട്ടുന്നതിനിടയിൽ ദീപു പറഞ്ഞു.

"ഞാനൊന്ന് പുറത്ത് പോയിട്ട് വരാം. ലിൻഡ വന്നാൽ ഇരിക്കാൻ പറയൂ."

ഞാൻ മറുപടിയൊന്നും പറഞ്ഞില്ല. എന്നാൽ സതി ഇടപെട്ടു.

"എന്ത് മര്യാദകേടാ നീ ചെയ്യണ്. ഒരാളെ വീട്ടിലേക്ക് ക്ഷണിച്ച് വരുത്തീട്ട് അവര് വരണ സമേത്ത് പൊറത്ത് പോണത് ശര്യാണോ. ഞങ്ങള വരെ കണ്ടിട്ട് പോല്യൂല്ല്യ."

ദീപു മറുപടിയൊന്നും പറയാതെ പുഞ്ചിരിച്ചുകൊണ്ട് ഇറങ്ങിപ്പോയി.

അതോടെ സതിയുടെ പരിഭ്രമം വർദ്ധിച്ചു. അവൾ ഹാളിൽനിന്ന് അടുക്കളയിലേക്കും അടുക്കളയിൽനിന്ന് ഹാളിലേക്കും പല പ്രാവശ്യം നടന്നു. അടുക്കളയിൽനിന്ന് പാചകഗന്ധങ്ങൾ ഇരിപ്പുമുറിയിലേക്ക് വ്യാപിക്കുന്നുണ്ടോ എന്ന് സംശയിച്ചു. സംശയനിവാരണത്തിന് എന്നോട് ചോദിച്ചു. എനിക്ക് എന്റെ ഘ്രാണശക്തിയിൽ വിശ്വാസമില്ലാതിരുന്നതുകൊണ്ട് സതിയെ തൃപ്തിപ്പെടുത്തുന്ന ഒരുത്തരം നല്കാനായില്ല. എന്തൊക്കെയോ അസ്വാസ്ഥ്യങ്ങളിൽപ്പെട്ട് അശാന്തയായി നില്ക്കുന്ന സതിയെ ഞെട്ടിച്ചുകൊണ്ട് വാതിലിൽ മുട്ടു കേട്ടു. സതിയുടെ മുഖം വിവർണ്ണമാകുന്നത് ഞാൻ പ്രത്യേകം ശ്രദ്ധിച്ചു.

വാതിലിൽ മുട്ടു കേട്ടപ്പോൾ സതി എന്റെ മുഖത്തു നോക്കി. അതിന്റെ അർത്ഥം എനിക്കറിയാം.

ഞാൻ എഴുന്നേറ്റ് ചെന്ന് വാതിൽ തുറന്നപ്പോൾ സതിയേക്കാൾ പ്രായം കൂടുതലുള്ള ഒരു സ്ത്രീയായിരുന്നു, പുറത്ത്. അവൾ മുട്ടുവരെ ഇറക്കമുള്ള വെളുപ്പിൽ നീലപ്പൂക്കളുള്ള ഒരു ഫ്രോക്കാണ് ധരിച്ചിരുന്നത്. തലയിൽ ഒരു ജമൈക്കൻ തൊപ്പി. കൈയിൽ ഗിഫ്ട് ബാഗ്. "ഹായ്, അയാം ലിൻഡ" എന്ന് പറഞ്ഞ് ഹൃദ്യമായി ചിരിച്ചുകൊണ്ട് എനിക്ക് കൈതന്നു. അവരുടെ തൊട്ടുപിന്നിൽത്തന്നെ ദീപുവുമുണ്ടായിരുന്നു. അവന്റെ മുഖത്ത് അമ്മയുടെ സ്വൈരം കെടുത്തിയതിന്റെ സന്തോഷമു

ണ്ടായിരുന്നു. നിസ്സാരകാര്യങ്ങളെ പെരുപ്പിച്ച് വേവലാതിപ്പെടുന്ന അമ്മയുടെ ദൗർബല്യം അവന് പിടിക്കാറില്ല. അതിനെച്ചൊല്ലി അവൻ അമ്മയോട് കലഹിക്കാറുണ്ട്.

ലിൻഡ കൊണ്ടുവന്ന ആപ്പിൾപൈ അമ്മയ്ക്ക് സമ്മാനിക്കുമ്പോൾ അമ്മയുടെ മുഖത്തുണ്ടായ ചമ്മൽ ദീപു നന്നായി ആസ്വദിച്ചു.

ലിൻഡ തണുത്തതോ ചൂടുള്ളതോ എന്താണ് കഴിക്കുക എന്ന് സതി ദീപുവിനോടാണ് ചോദിച്ചത്.

"അമ്മ അവരോട് നേരിട്ട് ചോദിക്കൂ" എന്ന് പറഞ്ഞപ്പോൾ സതി വല്ലാതെയായി.

പെരിഞ്ഞനം സ്കൂളിൽനിന്ന് പത്താം ക്ലാസും വിമലാ കോളേജിൽനിന്ന് ഡിഗ്രിയും പാസായ അമ്മയ്ക്ക് കോളേജ് വിദ്യാഭ്യാസം പൂർത്തിയാക്കാത്ത ഒരമേരിക്കക്കാരിയോട് ഇംഗ്ലീഷ് പറയാൻ അപകർഷം തോന്നേണ്ട ആവശ്യമുണ്ടോ?

അമ്മ സംശയിച്ചും പരുങ്ങിയും നില്ക്കുന്നത് കണ്ടപ്പോൾ ദീപു ലിൻഡയോട് ചോദിച്ചു.

"നീ എന്താണ് കുടിക്കുക, ഹോട്ട് ഓർ കോൾഡ്?"

"എനിക്ക് നിന്റെ അമ്മ ഉണ്ടാക്കുന്ന ഇന്ത്യൻ ചായ മതി."

സതി ചായയിട്ട് കൊണ്ടുവന്നു.

ലിൻഡ ചായയുടെ സ്വാദിനെ പുകഴ്ത്തി. അവളും മാർട്ടിനും കൂടി ഇന്ത്യയിലേക്ക് ഒരു റൊമാന്റിക്ക് ട്രിപ്പ് നടത്തിയതും ഇന്ത്യൻ ഭക്ഷണവും ചായയും കോഫിയും രുചിച്ചതും കളരിപ്പയറ്റ് കണ്ടതും ബീഡി വലിച്ചതുമൊക്കെ ഓർമ്മിച്ചെടുത്തു.

ഭക്ഷണത്തിനിരിക്കുമ്പോൾ സതിയുടെ കറികളുടെ രുചിയെപ്പറ്റി മാത്രമാണ് ലിൻഡ സംസാരിച്ചത്. എങ്ങനെ ഇത്ര സ്വാദിഷ്ടമായി കറികൾ ചമയ്ക്കുന്നു എന്ന് അവൾ അത്ഭുതപ്പെട്ടു. ലിൻഡ പറഞ്ഞു.

"എനിക്ക് വല്ലപ്പോഴും അല്പം എരിവും പുളിയുമുള്ള കറികൾ രുചിക്കണമെന്ന് തോന്നുമ്പോൾ ഇവിടെയുള്ള ഇന്ത്യൻ റസ്റ്റോറന്റുകളിൽ പോകാറുണ്ട്. എന്നാൽ ഈ കറികളുമായി അവയെ താരതമ്യം ചെയ്യാനേ പറ്റില്ല."

സതിയെ ലിൻഡ കൈയിലെടുക്കുന്നത് ദീപു ഒരു പുഞ്ചിരിയോടെ ശ്രദ്ധിച്ചു.

ഭക്ഷണം കഴിഞ്ഞപ്പോൾ ലിൻഡ മാപ്പ് ചോദിച്ചുകൊണ്ട് ഡെക്കിൽ പോയി ഒരു സിഗരറ്റ് കത്തിച്ച് വലിച്ചു.

"ഇവിടെ ആണുങ്ങളല്ല, പെണ്ണുങ്ങളാണ് അധികം സിഗരറ്റ് വലിക്കുന്നത്."

സതി മെല്ലെ പറഞ്ഞു.

"അതൊന്നുമല്ല. രണ്ടു കൂട്ടരും ധാരാളം വലിക്കുന്നുണ്ട്."

ദീപു പറഞ്ഞു.

പുക വലിച്ച സംതൃപ്തിയോടെ തിരിച്ച് വന്ന് സോഫയിലിരുന്നപ്പോൾ ലിൻഡ പ്രസരിപ്പിച്ച സിഗരറ്റുമണം സഹിക്കാനാവാതെ സതി

സാരിയുടെ പല്ലുകൊണ്ട് അത് മറ്റാർക്കും മനസ്സിലാവാത്ത വിധം മൂക്കിനെ മൂടി.

"നീ ഇവരെ എവിടെയൊക്കെ കൊണ്ടുപോയി?"

"ഇതുവരെ ലോക്കൽ യാത്രകളായിരുന്നു. നാളെ ഞങ്ങൾ വാഷിങ്ടൺ സന്ദർശിക്കാൻ പോകുന്നു."

"അവിടെ സന്ദർശിക്കേണ്ട സ്ഥലങ്ങളൊക്കെ ഞാൻ നിനക്ക് പറഞ്ഞ് തരേണ്ടതില്ല." ലിൻഡ പറഞ്ഞു.

"ലിങ്കൺ സ്മാരകം, റൂസ് വെൽട്ട്, ജെഫേഴ്സൺ മുതലായവരുടെ സ്മാരകങ്ങൾ, ക്യാപിറ്റൽ ബിൽഡിങ്, വാഷിങ്ടൺ മൊണ്യൂമെന്റ്... ഇതൊക്കെയാണ് ഞാനുദ്ദേശിക്കുന്നത്. പിന്നെ വൈറ്റ് ഹൗസ്, മ്യൂസിയം."

ദീപു പറഞ്ഞു നിർത്തിയപ്പോൾ ലിൻഡ കൂട്ടിച്ചേർത്തു.

"വിയത്നാം വാർ മെമ്മോറിയൽ നീ മറക്കരുത്. നിശ്ചയമായും അവിടെ പോകണം. നിന്റെ അച്ഛനമ്മമാരെ എന്റെ മാർട്ടിന്റെ പേരുള്ള ഫലകം കാണിച്ചു കൊടുക്കണം."

ദീപു സമ്മതഭാവത്തിൽ തലയാട്ടി.

അപ്പോൾ ഭൂതാവേശിതയെപ്പോലെ ലിൻഡ സോഫയിൽ നിന്നെഴുന്നേറ്റ് "ഓ മാർട്ടിൻ, നീ എന്താണ് ഇനിയും തിരിച്ചു വരാത്തത്. വീണ്ടും ഒരു വസന്തവും പുഷ്പജാലങ്ങളും എന്നെ മോഹാവേശയാക്കി യാത്ര ചോദിക്കുന്നു. ഈ വസന്തത്തിന്റെ അവശേഷിക്കുന്ന സുഗന്ധമെങ്കിലും നുകരാൻ നീ വരില്ലേ... വരില്ലേ."

അവൾ എന്തൊക്കെയോ പിറുപിറുത്തുകൊണ്ട് ഡെക്കിലെ ഏകാന്തതയിൽ ചെന്നുനിന്നു. ഒരു സിഗരറ്റ് വലിച്ച് ശാന്തയായി തിരിച്ചു വന്നു,

ലിൻഡ അമ്മയോട് ക്ഷമ ചോദിച്ചു.

"I am sorry, I was carried away by emotions for a while."

ലിൻഡ കോളേജിൽ ആദ്യവർഷ വിദ്യാർത്ഥിനിയായിരുന്നപ്പോൾ മാർട്ടിനെ കണ്ടുമുട്ടിയതും അവർ പ്രണയത്തിലായതുമെല്ലാം അവൾ അമ്മയോട് പറയുന്നത് ദീപു ശ്രദ്ധിച്ചില്ല. അവൻ പലതവണ കേട്ട കഥകളാണ്. വിയത്നാമിലെ ഏതോ നദീതീരത്ത് വിയത്കോങ് ഗറില്ലകൾ വെടിവെച്ച് വീഴ്ത്തിയ വിമാനത്തിലായിരുന്നു മാർട്ടിൻ എന്ന് ലിൻഡ ഊഹിക്കുകയാണ്. മാർട്ടിന്റെ ജീവൻ പൊലിഞ്ഞു എന്ന സത്യം അവളെ അറിയിച്ചത് മാർട്ടിൻ സീനിയർ തന്നെയാണ്. അതിനുശേഷം യുദ്ധസ്മാരകം സന്ദർശിച്ചപ്പോൾ സ്മാരകഫലകത്തിൽ 3681 എന്ന നമ്പറിനു നേരെ ലിൻഡ മാർട്ടിന്റെ പേര് വായിച്ചു.

അവൾ ദീപുവിന്റെ അമ്മയോട് പറഞ്ഞു. "സ്മാരകം സന്ദർശിക്കാൻ മറക്കരുതേ."

അമ്മ അവിടെ പോകാമെന്ന് ലിൻഡയ്ക്ക് ഉറപ്പു നല്കി.

ലിൻഡയെ കാർ പാർക്ക് വരെ ദീപു അനുഗമിച്ചു. തിരിച്ചുവരുമ്പോൾ അച്ഛനും അമ്മയ്ക്കും കാണാൻവേണ്ടി ഒരു ഫിലിമിന്റെ ഡി വി ഡി എടുത്തു കൊണ്ടുവന്നു. ഫോറസ്റ്റ് ഗംപ്. എന്റെ ചില സുഹൃത്തുക്കൾ ആ സിനിമയെപ്പറ്റി നല്ല അഭിപ്രായം പറഞ്ഞിരുന്നു. സിനിമാ നിർമ്മാണ

ത്തിലേർപ്പെടാൻ മോഹവുമായി വന്ന എൻ ആർ ഐ സുഹൃത്ത് സതീഷ് ഫോറസ്റ്റ് ഗംപിനെപ്പോലെ ഒരു ചിത്രമാണ് മനസ്സിൽ കണ്ടത്. അന്ന് ഞാനത് കണ്ടിരുന്നില്ല. ദീപു ഞാനാവശ്യപ്പെടാതെതന്നെ ആ ചിത്രത്തിന്റെ ഡി വി ഡി കൊണ്ടുവന്നപ്പോൾ എനിക്ക് സന്തോഷമായി.

ദീപുവിന്റെ അമ്മ സിനിമയുടെ കഥാസംഗ്രഹവും അഭിനേതാക്കളുടെ പേരും ഡി വി ഡിയുടെ കവറിൽ കൊടുത്തിരുന്നത് നോക്കിക്കൊണ്ടിരിക്കുമ്പോൾ വാതിലിൽ മുട്ടു കേട്ടു. ദീപുവാണ് വാതിൽ തുറന്നത്. വാതില്ക്കൽ ലിൻഡയെ കണ്ടപ്പോൾ അവൾ തീർച്ചയായും എന്തെങ്കിലും മറന്ന് വെച്ചിട്ടുണ്ടാവാമെന്ന് ഞങ്ങൾ ഊഹിച്ചു. എന്നാൽ ലിൻഡ ഒരു ബൊക്കെ സതിയെ ഏല്പിച്ചുകൊണ്ട് പറഞ്ഞു.

“ഈ പുഷ്പങ്ങൾ എന്റെ മാർട്ടിന് കാഴ്ചവെക്കുക. ഞാൻ ഇന്നും അവന്റെ ഓർമ്മയിൽ തപിച്ച് ജീവിക്കുകയാണെന്ന് എന്റെ പ്രിയനോട് പറയുക. അവൻ തീർച്ചയായും അത് കേൾക്കുമെന്ന് എനിക്കുറപ്പുണ്ട്.”

ദീപു അവർക്ക് കാണാൻ എടുത്തുകൊണ്ടുവന്ന ഫോറസ്റ്റ് ഗംപ് എന്ന ചിത്രത്തിലെ നായകൻ ടോംഹാങ്ക്സ് വിയത്നാം യുദ്ധത്തിൽ പങ്കെടുക്കുന്നതിന്റെ ദൃശ്യങ്ങൾ കണ്ടപ്പോൾ ദീപുവിന്റെ അമ്മ ലിൻഡയുടെ മാർട്ടിനെ ഓർമ്മിച്ചു. ആ യുദ്ധത്തിലെവിടെയോ വെടിയേറ്റ് മരിച്ചു കിടക്കുന്ന ഒരു പട്ടാളക്കാരൻ മാർട്ടിനാവും എന്ന് അമ്മ ഉറപ്പിച്ചു.

അമ്മയുടെ വിഡ്ഢിത്തമോർത്ത് ദീപുവും അച്ഛനും ഉറക്കെ ചിരിച്ചു.

ഏതാണ്ട് പതിനഞ്ച് കൊല്ലത്തിലധികം നീണ്ടുനിന്ന യുദ്ധത്തിൽ മരിച്ച അറുപതിനായിരം അമേരിക്കക്കാരെ മാർബിൾ ഫലകങ്ങളിലെ നമ്പരുകളാക്കി മാറ്റിയ ആ യുദ്ധത്തെ ദീപു വെറുക്കുന്നു. എന്നാൽ, ആ കല്ലറകളിൽ കിടക്കുന്ന ചിലരെങ്കിലും പോർവിമാനങ്ങളിൽ റോക്ക് മ്യൂസിക് വെച്ച് ക്രൂരമായ ആനന്ദം അനുഭവിച്ചുകൊണ്ടാണ് ബോംബുകൾ വർഷിച്ചതെന്ന് എവിടെയോ വായിച്ചതു മുതൽ ദീപുവിന് ആ ഭടന്മാരോടുള്ള ദയാവായ്പും ഇല്ലാതെയായി. അന്നു മുതലാണ് ദീപു ആ സ്മാരകം സന്ദർശിക്കാതായത്. സാമ്രാജ്യത്വ മോഹം കൊണ്ട് അമേരിക്ക നടത്തുന്ന എല്ലാ അധിനിവേശങ്ങളോടും കടന്നാക്രമണങ്ങളോടും അവന് അമർഷമുണ്ട്. അത് ഇറാഖിലായാലും അഫ്ഗാനിസ്ഥാനിലായാലും.

“എന്നാ ന്റെ മോൻ നാട്ടിലിക്ക് പോരെ. ബാംഗ്ലൂരോ ഹൈദ്രാബാദിലോ നെണക്ക് നല്ല ജോലി കിട്ടും. ഏതാണ്ട് ഇവിടെ കിട്ടുന്ന ശമ്പളത്തിനടുത്ത് അവിടെയും കിട്ടും. ഞങ്ങക്കാണെങ്കില് അത് വല്ല്യേ സമാധാനാവും.”

അമ്മ സൂത്രത്തിൽ പറഞ്ഞു കൊണ്ടുവരുന്ന കാര്യം ദീപുവിന് മനസ്സിലായി.

“അമ്മയുടെ ആ മോഹം തല്ക്കാലം മനസ്സിലിരിക്കട്ടെ. എന്തൊക്കെ പോരായ്മകളുണ്ടെങ്കിലും വിയോജിപ്പുകളുണ്ടെങ്കിലും ഇവിടെ ഒരാൾക്ക് ലഭിക്കുന്ന സ്വാതന്ത്ര്യം മറ്റെവിടെയും ലഭിക്കില്ല. സ്വന്തം ഇച്ഛാശക്തി കൊണ്ടും കഠിനപ്രയത്നം കൊണ്ടും ഒരാൾക്ക് ഏതുയരത്തിലും ചെന്നുപറ്റാം. പാരവെക്കലും കുതികാൽ വെട്ടും ഇതുവരെ അനുഭവപ്പെട്ടിട്ടില്ല.”

പിറ്റേ ദിവസം വാഷിങ്ടണിലേക്ക് കാറോടിച്ച് പോകുമ്പോൾ അമ്മ മകനോട് ചോദിച്ചു.

"അപ്പോൾ നിന്റെ തീരുമാനത്തിൽ മാറ്റമില്ലേ?"

ദീപു പുഞ്ചിരിച്ചുകൊണ്ട് ഇല്ലെന്ന് തലയാട്ടി. അവൻ ചാരനിറത്തിൽ അനന്തമായി നീണ്ടുകിടക്കുന്ന നാടപോലെ തോന്നിക്കുന്ന കോൺക്രീറ്റ് നിരത്ത് കാർ ചക്രങ്ങളിൽ ചുറ്റി പിടിക്കുന്നത് കണ്ടുകൊണ്ട് മ്യൂസിക് സിസ്റ്റത്തിൽനിന്ന് ഒഴുകി കാറിനുള്ളിൽ തളം കെട്ടുന്ന സംഗീതത്തിൽ ലയിച്ചിരുന്നു.

"ഞാൻ യാത്ര ചെയ്യുമ്പോഴാണ് ശരിക്കും സംഗീതം ആസ്വദിക്കുന്നത്. പ്രത്യേകിച്ചും നിന്റെ കാറിൽ."

സതി പറഞ്ഞു.

"വേറെ ഒന്നും ചെയ്യാനില്ലാത്തതുകൊണ്ടാണ്. പുറത്തെ പ്രകൃതിയിൽ മനസ്സിനെ അലയാൻ വിട്ടാൽ മറ്റൊന്നും നമ്മൾ ശ്രദ്ധിക്കില്ല.."

ഏതാണ്ട് നാല് മണിക്കൂർ കൊണ്ട് ഞങ്ങൾ വാഷിങ്ടണിലെത്തി.

കാർ പാർക്കിൽനിന്ന് വാഷിങ്ടൺ മൊണ്യൂമെന്റിലേക്ക് ഏറെ ദൂരം നടന്നു. നടന്ന് നടന്ന് എനിക്ക് കാല് വേദനിച്ചു. മൊണ്യൂമെന്റിന് ചുറ്റുമായി സ്മാരകങ്ങൾ - ഡൽഹിയെപ്പോലെ വാഷിങ്ടണും സ്മാരകങ്ങളുടെ നഗരം.

സതി ദീപുവിനെ ഇടയ്ക്കിടെ ഓർമ്മിപ്പിച്ചുകൊണ്ടിരുന്നു.

"വിയത്നാം യുദ്ധസ്മാരകം." അവൻ അത് കേൾക്കാത്തതുപോലെ നടന്നു.

"എടാ മോനേ, ലിൻഡയുടെ പൂക്കൾ..."

"അത് എവിടെയെങ്കിലും വലിച്ചെറിഞ്ഞേക്കൂ."

"ഓ. നീ ദുഷ്ടത്തരം പറേരുത്. ഇന്നലെ ഇവിടന്ന് പോയിട്ട് ആ പാവം എത്ര തവണയാ ഫോൺ ചെയ്തത്."

"അമ്മ എപ്പോഴാണ് അവളോട് ഇത്രയധികം സിംപതി കാണിക്കാൻ തുടങ്ങീത്. അവളെ ഒരു ശത്രുവായി മനസ്സിൽ വളർത്തിക്കൊണ്ടു വന്നതല്ലേ?"

ദീപുവിന്റെ ചോദ്യം സതിയെ സ്തബ്ധയാക്കി. മകന്റെ ബുദ്ധിശക്തിയിൽ അവൾക്കഭിമാനം തോന്നി. അവൻ കൃത്യമായി തന്റെ മനസ്സ് വായിച്ചെടുത്തിരുന്നു. അതുകൊണ്ടാണല്ലോ ഈ നാടകം കളിച്ചത്.

ക്യാപിറ്റൽ ബിൽഡിങ്ങും മ്യൂസിയവുമൊക്കെ കണ്ടതിനു ശേഷമാണ് ഞങ്ങൾ വിയത്നാം യുദ്ധസ്മാരകത്തിലെത്തുന്നത്.

"ഞാൻ വരുന്നില്ല,'' ദീപു പറഞ്ഞു, "അറുപതിനായിരം മനുഷ്യരെ കൊലയ്ക്ക് കൊടുത്തതിന്റെ സ്മാരകം എനിക്ക് കാണണ്ട. ഞാൻ ലിൻഡയുടെ കൂടെ ഒരിക്കൽ ഇവിടെ വന്നപ്പോഴും ഇതിനകത്ത് കയറിയില്ല."

അവൻ ദൃഢചിത്തനാണെന്നറിയാമായിരുന്നതുകൊണ്ട് ഞങ്ങൾ രണ്ടു പേരും മാത്രം അകത്തു കടന്ന് മാർബിൾ ഫലകങ്ങളിൽ മാർട്ടിന്റെ പേരും നമ്പറും അന്വേഷിച്ചു നടന്നു.

തിരിയുഴിച്ചിൽ

അയ്യപ്പൻ നായർ കൊല്ലത്തിൽ ആറുമാസവും സ്വാമിഭക്തനാണ്. കറുത്തമുണ്ട്, വളർച്ച മുറ്റിയ താടി, രുദ്രാക്ഷമാലകൾ, ഉച്ചത്തിലുള്ള ശരണം വിളികൾ, ബ്രഹ്മചര്യം. വൃശ്ചികം ഒന്നു മുതൽ നാട്ടിലെ ഇടവഴികൾ ഉണരുന്നത് അയ്യപ്പൻ നായരുടെ ശരണം വിളികൾ കേട്ടാണ്. അയ്യപ്പൻ നായർ മാലയിട്ട് സ്വാമിയായാൽ അയ്യപ്പൻ നായരെന്നോ അയ്യപ്പസ്വാമിയെന്നോ വിളിക്കേണ്ടതെന്ന ആശയക്കുഴപ്പം നേരിട്ട സ്വാമി ഭക്തന്മാർ 'പെരിയോൻ സ്വാമി' എന്ന് വിളിക്കാൻ തുടങ്ങി. അയ്യപ്പൻ നായർ മലചവിട്ടാൻ തുടങ്ങിയിട്ട് ഇരുപതോ ഇരുപത്തൊന്നോ വർഷങ്ങളായിരിക്കുന്നു. അതുകൊണ്ട് പെരിയോൻ സ്വാമി എന്ന വിശേഷണം എന്തുകൊണ്ടും അനുയോജ്യമാണെന്ന് അയ്യപ്പൻ നായരുടെ നിരവധി ശിഷ്യന്മാർ ഐകകണ്ഠ്യേന അഭിപ്രായപ്പെട്ടു. പെരിയോൻ സ്വാമി എന്ന വിശേഷണം സ്ഥിരീകരിക്കപ്പെട്ടു. ഇപ്പോൾ മണ്ഡലകാലമാണെങ്കിലും അല്ലെങ്കിലും പലചരക്കുകടയിൽ വരുന്നവരും പോകുന്നവരും പെരിയോൻ സ്വാമി എന്ന് തന്നെ വിളിച്ചു. വളരെ തിരക്കുപിടിച്ച ഒരു ജീവിതം നയിക്കുന്നതിനിടയിൽ അയ്യപ്പൻ നായർ വേണ്ട കാര്യങ്ങളൊക്കെ നീട്ടിവെച്ചു. വാസ്തവം പറഞ്ഞാൽ അനാവശ്യ വിചാരങ്ങൾക്കൊക്കെയും സ്വാമി മനസ്സിൽ ഇടമുണ്ടായിരുന്നില്ല.

വൃശ്ചികം ഒന്നു മുതൽ ആറുമാസം പെരിയോൻ സ്വാമി എല്ലാമാസവും ഒന്നാം തീയതി സ്വാമീദർശനത്തിനായി സന്നിധാനത്തിലെത്തും. അതായത്, മേടമാസം വരെ പെരിയോൻ സ്വാമി മാലയൂരില്ല. വെളുത്ത മുണ്ടുടുക്കില്ല. താടി വടിക്കില്ല. തികഞ്ഞ വൈരാഗിതന്നെ. മണ്ഡലകാലം നാല്പത്തൊന്നു ദിവസം സ്വാമിക്ക് ഊണില്ല, ഉറക്കമില്ല, വിശ്രമമില്ല. അയ്യപ്പൻ വിളക്കുകൾ, പൂജകൾ, കെട്ടുനിറകൾ...

അവരുടെ നാട്ടിൽ മാത്രമല്ല, സമീപ പ്രദേശങ്ങളിലും പെരിയോൻ സ്വാമിയുടെ കീർത്തി പരന്നു. ഉടുക്കുകൊട്ടി പാടുന്നതിൽ സമർത്ഥനാ

യിരുന്നു, അദ്ദേഹം. വിളക്കുള്ള സമയങ്ങളിൽ ദേശാതിർത്തികളെ ലംഘിച്ചും ആ ശബ്ദം പരന്നൊഴുകാറുണ്ട്. തുലാവർഷം കൊണ്ടുവന്ന മലവെള്ളത്തിന്റെ ശേഷിപ്പുകൾ പാടങ്ങളിൽ കെട്ടിക്കിടക്കുന്നുണ്ടെങ്കിൽ പെരിയോൻ സ്വാമിയുടെ ശബ്ദം അലകളായി വെള്ളത്തിലൂടെ സഞ്ചരിക്കുന്നത് കാണാമത്രെ.

എന്നാൽ ഇതുകൊണ്ടല്ല, സ്വാമിയുടെ കീർത്തി അയൽപ്രദേശങ്ങളിലേക്ക് പരന്നത്. പെരിയോൻ സ്വാമിയുടെ തിരിയുഴിച്ചിലാണ് അയാളെ കീർത്തിമാനാക്കിയത്. അമ്പലം പണിയിലും അദ്ദേഹം വിദഗ്ദ്ധനായിരുന്നു. വാഴപ്പോളകൊണ്ടും വാഴപ്പിണ്ടികൊണ്ടും സ്വാമി കാണിക്കുന്ന കലാവിരുത് കരകൗശലം തികഞ്ഞ തച്ചന്മാരെ വരെ അതിശയപ്പെടുത്തി. അവർക്ക് മരത്തിൽ ചെയ്യാൻ വയ്യാത്തത് സ്വാമി നിസ്സാരമായ വാഴപ്പിണ്ടി കൊണ്ട് തീർത്തെടുത്തു. ഒരു രാത്രി താൻ തീർത്ത അമ്പലത്തിന്റെ മുമ്പിൽ ധ്യാനനിരതനായി നില്ക്കുമ്പോഴാണ് സ്വാമിക്ക് ശരീരം വിറച്ച് തുടങ്ങിയത്. ഏതോ ഭക്തൻ ഉടനെ തന്നെ സ്വാമിയെ പട്ടുടുപ്പിച്ച് അരമണിയും ചിലമ്പും ചാർത്തിച്ചു. പള്ളിവാൾ കൈയിൽ കൊടുത്തു. സ്വാമിയുടെ വന്യമായ അട്ടഹാസം ദേശാന്തരങ്ങളിൽ മുഴങ്ങി. ഭക്തജനങ്ങൾ ഉറക്കം വിട്ട് എഴുന്നേറ്റ് അമ്പലത്തിലേക്ക് ഓടി.

അപ്പോഴേക്കും തിരിയുഴിച്ചിൽ ആരംഭിച്ചിരുന്നു.

ആളിപ്പടരുന്ന പന്തംകൊണ്ട് ശരീരം മുഴുവൻ ഉഴിയുക. രോമാവൃതമായ അയ്യപ്പൻ നായരുടെ ശരീരത്തിൽ ഒരു രോമം പോലും കരിയില്ല. കർപ്പൂരത്തിന്റെയും ചന്ദനത്തിരിയുടെയും ഗന്ധമല്ലാതെ രോമം കരിഞ്ഞ മണം ആർക്കും അനുഭവപ്പെട്ടില്ല. അതേസമയം ആളിപ്പടരുന്ന തീജ്വാലകൾ നക്കിയ അയ്യപ്പൻ നായരുടെ ശരീരത്തിന്റെ നിറപ്പകർച്ച കണ്ട ചെറുപ്പക്കാരികൾക്ക് മോഹാലസ്യമുണ്ടായി. കലിയിറങ്ങിയ സ്വാമി ജപിച്ചൂതിയ ഭസ്മം അവരുടെ ശരീരത്തിൽ ആപാദചൂഢം തേച്ചു പിടിപ്പിച്ചപ്പോഴേ അവർ മോഹനിദ്രയിൽനിന്ന് ഉണർന്നുള്ളുവത്രെ.

അയ്യപ്പൻ നായർ വിഭാര്യനായിരുന്നു. ഭാര്യ മരിച്ചതോ വിവാഹമോചനം നേടിയതോ അല്ല കല്യാണം കഴിഞ്ഞ് അഞ്ചാം ദിവസം മൂന്നും കൂട്ടി മുറുക്കി ശീലക്കുടയും രണ്ടാം മുണ്ടുമായി പാടം കടന്ന് സമ്മന്തത്തിന് വരുന്ന അയ്യപ്പൻ നായരെ കണ്ടപ്പോൾ ഭാർഗ്ഗവി അമ്മയോട് പറഞ്ഞു.

“അമ്മേ, ദേ അയാള് വരണ്ണ്ട്. ഞാനിബടെ ല്ല്യാട്ടോ.”

“ഞാനെന്താ കുട്ട്യേ അയാളോട് പറേണ്ടത്”

“എന്ത് പറഞ്ഞാലും വിരോദല്ല്യ. അയാള്ക്ക് കാല് കഴാൻ കിണ്ടി വെള്ളം കൊടുക്കണ്ട. ഇരിക്കാൻ പുല്ലായേം കൊടുക്കണ്ട. അപ്പൊ കാര്യം മനസ്സിലായിക്കോളും.”

“മോളേ, ഭാർഗ്ഗവീ, നീ ആരോടാ കളിക്കണേന്ന് നെണക്ക് നിശ്ശംണ്ടോ”

“നിക്ക് നല്ല നിശ്ശംണ്ട്. ന്നെപ്പോലെ നിശ്ശം അമ്മയ്ക്ക്ണ്ടാവ്ല്ലിലോ.”

“ഭാർഗ്ഗവീ, ന്റെ മോള് ന്താ അങ്ങനെ പറേണ്. അയാള് കുടുമ്മത്തീ പെറന്ന നല്ലോരാണല്ലേ.”

“അയാള് ആണോ പെണ്ണോന്ന് അമ്മയ്ക്കറീല്ലിലോ. പിന്നെ എങ്ങിന്യാ ത്ര ഒറപ്പിച്ച് പറേണെ.”

അവൾ പിറ്റേദിവസം ക്ലാസിൽ പഠിപ്പിക്കാനുള്ള ചെറുശ്ശേരിയുടെ *കൃഷ്ണഗാഥ* മൂളിക്കൊണ്ട് അകത്ത് കയറി കതകടച്ചു.

അമ്മ ഇടിവെട്ടേറ്റതുപോലെ അവളെ നോക്കി നിശ്ചിന്തയായി നിന്നു.

അപ്പോഴേക്കും നീലംമുക്കിയ മുണ്ടിന്റെ നീലകലർന്ന വെള്ളനിറവും കുടയുടെ നരച്ച നിറവും മുളയഴികൾ കൊണ്ട് പാടത്തേക്ക് ഇറക്കികെട്ടിയ പടി കടന്നു കഴിഞ്ഞു. ഭാർഗ്ഗവിയുടെ അമ്മയ്ക്ക് കൈകാലുകൾ വിറച്ചിട്ട് നിക്കാനും ഇരിക്കാനും വയ്യാത്ത പരുവം. അവർ മുറിയിൽനിന്ന് അകത്തേക്കും അകത്ത് നിന്ന് മുറിയിലേക്കും നാലു തവണ നടന്നു. അവരുടെ തൊണ്ടയിലെ ഉമിനീർ വറ്റി.

"ഭാർഗ്ഗവി സ്കൂളിന്ന് വന്നില്ല്യേ?"

അയ്യപ്പൻ നായരുടെ ചോദ്യത്തിൽ അധികാരസ്വരം. നാലാൾ കാൺകെ താൻ താലി ചാർത്തി പുടവകൊടുത്ത് ഭാര്യയാക്കിയ പെണ്ണിനെക്കുറിച്ച് മറ്റാർക്കാണ് അന്വേഷണാധികാരം.

"ഇന്നെന്താ സ്കൂളീന്ന് വന്നില്ല്യേ?"

അയ്യപ്പൻ നായരുടെ ശബ്ദം കനത്തിരുന്നു. അയാൾ പള്ളിവാളെടുത്ത് തുള്ളി കല്പന പറയുമ്പോഴത്തെ ശബ്ദമായിരുന്നു, അത്.

"ഇന്ന് മേഷമ്മാരടെ ന്തോ മീറ്റിങ്ങുണ്ടത്രേ. വരാൻ വൈകുംന്ന് പറഞ്ഞു."

അയ്യപ്പൻ നായർ 'ഉം' എന്ന് അമർത്തി മൂളി.

അയാളുടെ ഭാവപ്പകർച്ച മനസ്സിലാക്കിയ ഭാർഗ്ഗവിയുടെ അമ്മ ചോദിച്ചു.

"ഞാൻ കുടിക്കാൻ ന്തെങ്കിലും എടുക്കട്ടെ... സംഭാരോ എളന്നീരോ...?"

"ഹേയ്, ഒന്നും വേണ്ട. ഒരു ഗ്ലാസ് വെള്ളം മതി."

അയ്യപ്പൻ നായർ വെള്ളം കുടിക്കുമ്പോൾ അയാളുടെ തൊണ്ടയിലെ മുഴ മുകളിലേക്കും കീഴ്പോട്ടും ചലിക്കുന്നത് ഭാർഗ്ഗവിയുടെ അമ്മ കൗതുകത്തോടെ നോക്കി നിന്നു.

'ന്റീശ്വരമ്മാരേ, എണ്ണം പറഞ്ഞ പുരുഷലക്ഷണല്ലേ ഞാനിക്കാണ്ണത്. പിന്നെ ഈ അസത്ത് പെണ്ണിന് എന്തിന്റെ പോരായ്മാണ്.'

അവർ മനസ്സിൽ കരുതി.

അയ്യപ്പൻ നായർ ഇറയത്തിരുന്ന് മുറുക്കുന്നതിനിടയിൽ അയാളുടെ കണ്ണുകൾ പാടത്തിന്റെ വിശാലതയിൽ അലഞ്ഞു. നെല്ലിന് കതിർക്കനം വെച്ചിരിക്കുന്നു എന്നോ മറ്റോ അയാൾ അലസമായി ആലോചിച്ചു.

പുന്നെല്ലിന്റെ മണം കാറ്റിൽ വിതറുന്ന സന്ധ്യക്കാണ് കുഞ്ഞുണ്ണി നായരും കരക്കാരും ബന്ധുക്കളും കൂടി ഭാർഗ്ഗവീ പരിണയത്തിന് ഒരു പെട്രോമാക്സിന്റെ വെളിച്ചത്തിൽ പാടം മുറിച്ച് കടന്നു വന്നത്. പെണ്ണിന്റെ വീട്ടിലും വലിയ ശബ്ദകോലാഹലങ്ങളുണ്ടായിരുന്നില്ല. ഭാർഗ്ഗവിയുടെ മുത്തശ്ശി മരിച്ച വാലായ്മ തീരണമെങ്കിൽ ഒരു കൊല്ലം കഴിയണം. അതുവരെ കാത്തിരിക്കാൻ അയ്യപ്പൻ നായർക്ക് ക്ഷമയില്ല. ഇപ്പോൾ തന്നെ നാല്പത് കഴിഞ്ഞു. നാല്പത്തി ഒന്നിനകം കഴിഞ്ഞില്ലെങ്കില് പിന്നെ നാല്പത്തഞ്ച് കഴിഞ്ഞേ നോക്കേണ്ടു. അത്രയ്ക്ക് വയ്യ. പലചരക്ക് പീടികയിൽ വരുന്നവരൊക്കെ അയ്യപ്പൻ നായരോട് മുനവെച്ച ചോദ്യങ്ങൾ ചോദിക്കാൻ തുടങ്ങിയിരുന്നു.

ആണുങ്ങളുടെ കാര്യം എന്തുമാവട്ടെ. ചില തെറിച്ച പെണ്ണുങ്ങളും തന്നോട് അർത്ഥംവെച്ച് വല്ലതുമൊക്കെ പറയുന്നു. കഴങ്ങോടത്തെ കാർത്ത്യായനി ഇന്നാള് സാമാനം പൊതിഞ്ഞുകൊടുക്കുമ്പോ പറഞ്ഞു.

"സാമാനം ഭദ്രായിട്ട് പൊതിഞ്ഞോളൂ." എന്നിട്ട് ഖി ഖി ഖീ ഖീ... എന്നൊരു ചിരിയും.

കൈവീശി ഒന്ന് കൊടുക്കാനാണ് തോന്നിയത്. പക്ഷേ, ക്ഷമിച്ചു. അവളെപ്പോലെ തെറിച്ചു നില്ക്കണ പ്രായത്തിലല്ലല്ലോ താൻ. അപ്പോൾ കണ്ടുപിടിച്ച ഉപായമാണ്, മാസം തോറും മലകയറ്റം. അതിൽ ആർക്കും എതിരഭിപ്രായമുണ്ടായിരുന്നില്ല. അയ്യപ്പൻ നായരുടെ ഏകാന്ത ജീവിതം ഏറക്കുറെ വിമർശന മുക്തമായി. ഇനി സമാധാനത്തോടെ ഒരു ജീവിത പങ്കാളിയെ കണ്ടെത്തിക്കളയാം എന്ന് നായർ നിശ്ചയിച്ചു. പലചരക്കു കടയിൽ പറ്റുവരവുള്ള ചില സമപ്രായക്കാരോട് അയ്യപ്പൻ നായർ മനസ്സ് തുറന്നു. ഭാർഗ്ഗവിയുടെ ആലോചന വന്നപ്പോൾ അയാൾക്ക് രണ്ടാമത് ഒന്ന് ആലോചിക്കേണ്ടി വന്നില്ല. അമ്മയും മോളും മാത്രമടങ്ങുന്ന കുടുംബം. സ്വന്തമായി വീടും പറമ്പും. അത്യാവശ്യത്തിന് താഴത്തെ പാടത്ത് അഞ്ചുപറ കണ്ടം. അഷ്ടൈശ്വര്യങ്ങളും തികഞ്ഞ ഒരുബന്ധം തന്നെ.

അയ്യപ്പൻ നായർ ഒരു കൊച്ചു ജന്മിയായി മാറുകയാണെന്ന് ഇടനിലക്കാർ പറഞ്ഞു. എല്ലാം സ്വാമീടെ അനുഗ്രഹം.

അയ്യപ്പൻ നായർ ഉള്ളിൽ തട്ടി ശരണം വിളിച്ചു.

എന്നാൽ കല്യാണം കഴിഞ്ഞ് ഒരാഴ്ചയ്ക്ക് മുമ്പ് മാളികപ്പുറം ഒളിച്ചു കളിക്കുന്നതായി അയാൾ സംശയിച്ചു. ഭാര്യയില്ലാത്ത വീട്ടിൽ ഒറ്റയ്ക്കിരിക്കുമ്പോൾ അരുതാത്തതെന്തോ സംഭവിക്കുന്നതായി അയ്യപ്പൻ നായർക്ക് തോന്നി.

യാത്ര പോലും പറയാതെ അയ്യപ്പൻ നായർ മുറുക്കാൻ അതിരിലേക്ക് നീട്ടി തുപ്പി മുളയഴികൾ കടന്ന് പാടത്തേക്കിറങ്ങി. അയാൾ ഒന്ന് തിരിഞ്ഞ് നോക്കിയത് പോലുമില്ല. പതിനെട്ടാം പടിക്കൽ കത്തിപ്പടരുന്ന ആഴിയുടെ ചൂട് മുഴുവൻ പെരിയോൻ സ്വാമി ഏറ്റുവാങ്ങി. വിളഞ്ഞുകിടക്കുന്ന പാടത്തുനിന്നും വീശുന്ന കാറ്റിൽ തണുക്കുന്നതായിരുന്നില്ല, അയ്യപ്പൻ നായരുടെ മനസ്സിലെ ഉഷ്ണം. അയ്യപ്പൻ നായർ അടുത്ത ദിവസവും അതിനടുത്ത ദിവസവും ഭാര്യവീട്ടിൽപോയി. ഇറയത്തിരുന്നു, മുറുക്കി. ഭാർഗ്ഗവിയുടെ അമ്മയുടെ കൈയിൽനിന്നും ഒരു ഗ്ലാസ് വെള്ളവും കുടിച്ച് ഇറങ്ങിപ്പോന്നു.

അടുത്ത ദിവസം അടവൊന്നു മാറ്റി.

ഭാർഗ്ഗവി പഠിപ്പിക്കുന്ന വെള്ളാങ്കല്ലൂർ സ്കൂളിന്റെ മുമ്പിൽ സ്കൂൾ വിടുന്ന സമയത്ത് ഒരു മരത്തണലിൽ അയ്യപ്പൻ നായർ ദേവീദർശനത്തിനായി കാത്തുനിന്നു.

കൂട്ടുകാരോടൊത്ത് വർത്തമാനം പറഞ്ഞും കളിച്ചും ചിരിച്ചും പോകുന്ന ഭാർഗ്ഗവിയോട് എന്തെങ്കിലും പറയാൻ അയാൾക്ക് സങ്കോചം. ആ സമീപനം ഇഷ്ടപ്പെടാതെ അവൾ മറ്റുള്ളവരുടെ മുമ്പിൽവെച്ച് തന്നെ അപമാനിച്ചാലോ. പുലികളെയും കടുവകളെയും ഭയക്കാതെ എരുമേലിയിൽ പേട്ട തുള്ളി കാൽനടയായി മലചവിട്ടി കയറിയിരുന്ന പഴയ അയ്യ

പ്പൻ നായരുടെ ധൈര്യവും ആത്മവിശ്വാസവും തന്നിൽനിന്ന് ചോർന്നു പോയോ എന്ന് അയാൾ ആശങ്കപ്പെട്ടു.

രണ്ടുദിവസം കഴിഞ്ഞപ്പോഴേക്കും മണ്ഡലം പിറന്നതുകൊണ്ട് അയ്യപ്പൻ നായർ ലൗകികകാര്യങ്ങളിൽനിന്നും മനസ്സിനെ മോചിപ്പിച്ചു.

അടുത്ത ആറുമാസം അയ്യപ്പൻ നായർ എന്ന പെരിയോൻ സ്വാമി ഭാർഗ്ഗവി എന്ന മാളികപ്പുറത്തിനെക്കുറിച്ച് ഓർത്തതേയില്ല. അയ്യപ്പൻ വിളക്കുകളിലും ഉടുക്കുപാട്ടുകളിലും തിരിയുഴിച്ചിലിലും കെട്ടുനിറകളിലുമായി അയ്യപ്പൻ നായരുടെ ദിനരാത്രങ്ങൾ കർമ്മബഹുലമായി.

വിഷുവിന് നടതുറന്ന് ദർശനം കഴിഞ്ഞ് മലയിറങ്ങുമ്പോൾ പെരിയോൻ സ്വാമി ഭക്തിസാന്ദ്രമായ മനസ്സിൽ കഠിനമായ ഒരു തീരുമാനത്തിന്റെ തേങ്ങ എറിഞ്ഞുടച്ചു. ഇനിയും ഭാർഗ്ഗവി ഒളിച്ചുകളിക്കുകയാണെങ്കിൽ താൻ ബന്ധമൊഴിഞ്ഞതു തന്നെ. കല്പാന്ത കാലത്തോളം ബ്രഹ്മചര്യവ്രതം ആചരിക്കുന്ന സ്വാമിയുടെ ഭക്തനാണ് താൻ. ഒരു വിളിപ്പാടകലെ മാളികപ്പുറത്തിനെ കുടിയിരുത്തിയിട്ടും സ്വാമിയുടെ മനസ്സിന് ചാഞ്ചല്യമില്ല. പിന്നെ എന്തുകൊണ്ട് സ്വാമീഭക്തനായ തനിക്ക് ഭാർഗ്ഗവിയെ കൂടാതെ ജീവിച്ചുകൂടാ. മലയിറങ്ങിയെത്തിയ അയ്യപ്പൻ നായർ ശാസ്താക്ഷേത്രത്തിൽ പോയി ശരണം വിളിച്ച് മാലയൂരി. അങ്ങാടിയിൽ പോയി ദേഹത്തിലെ അനാവശ്യഭാരങ്ങൾ ഒഴിവാക്കി.

നേരെ പാടം മുറിച്ചു കടന്ന് ഭാര്യവീട്ടിലെത്തി.

അയ്യപ്പൻ നായർ പടികടന്നതും ഭാർഗ്ഗവി അയാളെ കൈകാര്യം ചെയ്യാൻ അമ്മയെ ഭാരമേല്പിച്ചു.

അമ്മ അവൾക്ക് നേരെ ചീറി.

“പെണ്ണേ നെന്റെ കഴുത്തില് മിന്ന് ചാർത്തിയ പുരുഷനാണയാൾ. ഇത്രയും ധിക്കാരം നിനക്ക് നന്നല്ല.”

അവൾ അമ്മയെ ദഹിപ്പിക്കുന്ന ഒരു നോട്ടം നോക്കി.

അപ്പോഴേക്കും അയ്യപ്പൻ നായർ ഇറയത്ത് കയറി ഇടയിറക്കി സാന്നിദ്ധ്യമറിയിച്ചു.

മുഖവുരയൊന്നും കൂടാതെ അയ്യപ്പൻ നായർ ചോദിച്ചു.

“ഭാർഗ്ഗവി എവടെ?”

“അവള് അമ്പലത്തിലോ മറ്റോ പോയീന്ന് തോന്നുണു.”

“എന്നെ കണ്ടപ്പൊഴാണോ പോയത്. ഭാർഗ്ഗവീടമ്മേ, ഞാനൊരു പൊട്ടനാന്ന് ധരിക്കരുത്. എനിക്ക് രണ്ടാലൊന്ന് ഇന്നറിയണം.”

അവർ എന്ത് മറുപടി പറയണമെന്നറിയാതെ പകച്ചു നില്ക്കുമ്പോൾ ഭാർഗ്ഗവി വാതിൽ തള്ളിത്തുറന്ന് പുറത്തു വന്നു.

“ശരി. ഞാൻ പറയാം കേട്ടോളൂ. നിങ്ങൾ നല്ല തിരിയുഴിച്ചിലുകാരനായിരിക്കാം. ശരീരത്തിലെ ഒരു രോമം പോലും കരിയാതെ തിരിയുഴിയാൻ നിങ്ങക്കറ്യാം. എന്നാ എനിക്കത് പോരാ. എനിക്ക് അല്പം ചൂടേറ്റാലും കൊറച്ച് പൊള്ളിയാലും കൊഴപ്പല്ല്യ. അതോണ്ട് നമ്മള് തമ്മില്ള്ള ബന്ധം ശര്യാവ്ല്ല്യ. അയ്യപ്പൻ നായർ ഇനി എന്നെ അന്വേഷിച്ച് ഇവടെ വരണ്ട.”

അവൾ പറഞ്ഞു തീരുന്നതിനുമുമ്പ് അയ്യപ്പൻ നായർ പാടത്തിന്റെ പകുതി താണ്ടിയിരുന്നു.

സ്വയംവരം

രമ. ഇരുപത്തിമൂന്ന് വയസ്സ്. ഇരുനിറം. നല്ല പൊക്കം. പൊക്കത്തിനൊത്ത വണ്ണം. നീണ്ട മൂക്ക്. നൃത്തസാധകം ചെയ്യുന്ന കണ്ണുകൾ. കാൽക്കണ്ണിയോളമെത്തുന്ന കറുത്തിടതൂർന്ന മുടി... തൂവെള്ള കിടക്കവിരിയിൽ വലയെറിഞ്ഞതുപോലെ അവളുടെ മുടി കൊഴിഞ്ഞുവീണു കിടക്കുന്നു...

രമ ഉറങ്ങാനുള്ള ശ്രമത്തിലാണ്. പിറന്നപടിയാണ് അവൾ കിടക്കുന്നത്.

വസ്ത്രങ്ങളുടെ ആവരണത്തെ അവൾ വെറുക്കുന്നു. കാരണം, അവളുടെ ശരീരത്തിൽ പറന്നിറങ്ങുന്ന ചിത്രശലഭങ്ങളുടെ സ്പർശവും ഇക്കിളിയും വസ്ത്രങ്ങൾ തട്ടിപ്പറിക്കുന്നു. ഒരു പൂവിന് ചുറ്റുമെന്നപോലെ അവൾക്ക് ചുറ്റും എപ്പോഴും ചിത്രശലഭങ്ങളുണ്ട്. അവ വർണ്ണച്ചിറകുകൾ ചലിപ്പിച്ച് പറക്കുന്നു. രമയുടെ മുലത്തടങ്ങളിൽ പരാഗരേണുക്കൾ വിതറുന്നു. മുലക്കണ്ണുകളിൽനിന്ന് തേൻ കുടിക്കുന്നു. ചോര കിനിയുന്ന ചുണ്ടുകളിലും എണ്ണമയമുള്ള മുടിയിഴകളിലും അറ്റം കൂർത്ത വിരൽത്തുമ്പുകളിലും പതിയെ വന്നിരിക്കുന്ന ചിത്രശലഭങ്ങൾ അവളുടെ ശരീരമാകെ കോരിത്തരിപ്പിക്കുന്നത് മറ്റാർക്കും അറിയാനാവില്ലല്ലോ. അതുകൊണ്ടാണല്ലോ അവർ രമയെ ഈ മുറിയിൽ ബന്ധനസ്ഥയാക്കിയിരിക്കുന്നത്. ഈ വീട്ടുതടങ്കൽ അനുഭവിക്കുന്നതിന് താനെന്ത് കുറ്റമാണ് ചെയ്തിരിക്കുന്നത്? വസ്ത്രങ്ങൾ തനിക്ക് ചൊറിച്ചിലുണ്ടാക്കുന്നുവെന്നും ശ്വാസം മുട്ടിപ്പിക്കുന്നുവെന്നും പറയുന്നത് വെളിവുകേടു കൊണ്ടാണോ?

ദൈവത്തിന്റെ വരദാനമായ ശരീരത്തിന് അദ്ദേഹം തന്നെ ചർമ്മാവരണം തുന്നിയിട്ടുണ്ടല്ലോ. അതിനുമീതെ മറ്റൊരാവരണമെന്തിന്? ഭൂമിയിലെ മറ്റു ജീവജന്തുക്കളൊന്നും കൃത്രിമമായ ആവരണങ്ങൾകൊണ്ട് അവരുടെ സിദ്ധികളെയും വൈരൂപ്യങ്ങളെയും മൂടിവയ്ക്കുന്നില്ലല്ലോ.

മഴയും മഞ്ഞും വെയിലും നിലാവും തഴുകാത്ത, പ്രകൃതിയുടെ ലാളന കളേല്ക്കാത്ത ശരീരത്തിൽ ജീവചൈതന്യം നാമ്പിടുന്നതെങ്ങനെ?

ഇതൊന്നും പറഞ്ഞാൽ വീട്ടിലുള്ളവർക്ക് മനസ്സിലാവില്ല. ചേച്ചിക്ക് പ്രത്യേകിച്ചും. അമ്മയുടെ കട്ടിൽ ഒഴിഞ്ഞപ്പോൾ താക്കോൽക്കൂട്ടവും കുടുംബഭരണവും കൈയടക്കിയ ചേച്ചി. അവർക്ക് മുറുക്കി തുപ്പാനും തേങ്ങയിടീക്കാനും വേലക്കാരുടെ നേരെ ശകാരവാക്കുകൾ ചൊരിയാനും അല്ലാതെ എന്തറിയാം....

രമ അങ്ങനെ പലതും ഓർത്തുകൊണ്ട് കിടന്നു. അവൾക്കുറക്കം വരുന്നില്ല.

വീട് കൺമിഴിച്ചിരിക്കുകയാണ്. തലേദിവസം തന്നെ വന്നെത്തിയ ബന്ധുക്കളുടെ കളിയും ചിരിയും വർത്തമാനവും രാത്രിയെ ശബ്ദമുഖ രിതമാക്കുന്നു. പാചകപ്പുരയിൽനിന്ന് തേങ്ങ ചിരകുന്നതിന്റെയും ചെമ്പു കളും ചരക്കുകളും നിരക്കുന്നതിന്റെയും ശബ്ദങ്ങൾ കല്ലുകളായി നിദ്ര യിൽ വന്ന് വീഴുന്നു.

വെളുപ്പാൻകാലത്തോ മറ്റോ ആണ് ഉറങ്ങിയത്....

ആഴമില്ലാത്ത നിദ്ര.

അർദ്ധസുഷുപ്തിയിൽ ആരൊക്കെയോ വന്ന് പൊയ്ക്കൊണ്ടിരുന്നു. ചിലർ അവളെ നോക്കി ആശ്ചര്യശബ്ദങ്ങൾ പുറപ്പെടുവിച്ചു. ചിലർ ലജ്ജ കൊണ്ട് കണ്ണുപൊത്തി. വേറെ ചിലർ ചീഞ്ഞളിഞ്ഞ ഒരു ശവത്തെ നോക്കുന്നതുപോലെ അകന്നുനിന്ന് അവളുടെ മേൽ കണ്ണോടിച്ചു.

അവസാനം ആരുടെയോ നനുത്ത കൈപ്പടത്തിന്റെ തൂവൽസ്പർശം.

ആരാണെന്നറിയാനുള്ള ആകാംക്ഷയിൽ കണ്ണുതുറന്നപ്പോൾ വാതി ലിന്റെ താഴ് നീങ്ങുന്നു. വാതിൽ തുറക്കുന്നു.

വെളിച്ചത്തിന്റെ ചട്ടക്കൂടിൽ വിസ്മയിച്ചുകൊണ്ട് ചേച്ചി.

രമ എഴുന്നേറ്റിരുന്ന് മുടി വാരിക്കെട്ടി.

അവളുടെ ജ്വലിക്കുന്ന നഗ്നതയിൽ ചേച്ചിയുടെ കണ്ണുകൾ പൊള്ളി.

"നിനക്ക് ഇന്നെങ്കിലും ഒരു തുണിയെടുത്ത് മേലിടായിരുന്നില്ലേ?"

"അതുകൊണ്ടെന്താ വിശേഷം? ഞാൻ നിങ്ങളുടെ സദസ്സിലേക്ക് വരു ന്നില്ലല്ലോ. ഈ മുറി എന്റെ ലോകമാണ്. ഇവിടെ എനിക്കിഷ്ടമുള്ളത് ഞാൻ ചെയ്യും...."

"രമേ, അധികപ്രസംഗം നന്നല്ല..."

തല്ലിയതുകൊണ്ടോ ശാസിച്ചതുകൊണ്ടോ ഭീഷണിപ്പെടുത്തിയതു കൊണ്ടോ ഇണങ്ങുന്നവളല്ല രമയെന്ന് ചേച്ചിക്ക് നന്നായറിയാം. അതു കൊണ്ട് പതിവുപോലെ നാവിട്ടടിച്ചില്ല. രമ കണ്ണാടിയുടെ മുമ്പിൽ ചെന്നു നിന്ന് മുടി രണ്ടായി പകുത്ത് ഇരുതോളിലൂടെയും മാറിലേക്കിട്ടു. അപ്പോൾ അവൾക്കു ചുറ്റും ചിത്രശലഭങ്ങൾ പറന്നുകളിച്ചു. അവയുടെ മൃദുല സ്പർശങ്ങൾ ശരീരത്തിലെമ്പാടും ഇക്കിളിയുണർത്തി...

പണ്ടെന്നോ പത്രത്തിൽ കണ്ട ആന്ധ്രക്കാരി യോഗിനിയുടെ ഛായ തനിക്കുണ്ടെന്ന് രമ തിരിച്ചറിഞ്ഞു. അവർക്ക് ജയിലിലും കോടതിയിലും

പിറന്നപടി കേറിച്ചെല്ലാമെങ്കിൽ ഒരു മുറിയുടെ സ്വകാര്യതയിൽ തനിക്ക് വിവസ്ത്രയായിക്കൂടേ.

കണ്ണാടിയിൽ പ്രതിഫലിക്കുന്ന ശരീരത്തിന്റെ രൂപപ്പൊലിമയിലേക്കും ലാവണ്യസമൃദ്ധിയിലേക്കും നോക്കിക്കൊണ്ട് അവൾ ഒരു നാർസിസ്റ്റിനെ പോലെ നിന്നു. തന്റെ ശരീരത്തിന്റെ നിമ്നോന്നതങ്ങളിലേക്ക് ഒരു പുരുഷന്റെയും മോഹം തേർതെളിക്കുകയില്ലെന്ന് അപ്പോൾ അവൾക്കശരീരിയുണ്ടായി. അതിന്റെ ഞെട്ടലിൽ രമ പൗഡർ ടിന്നെടുത്ത് കണ്ണാടിക്ക് നേരെ വലിച്ചെറിഞ്ഞു. കണ്ണാടിയിൽ അവളുടെ ശരീരം പല കഷണങ്ങളായി മുറിഞ്ഞു...

"രമേ, കുട്ടി എന്താ ഈ കാണിക്കണത്? ഇതൊക്കെ മറ്റാരെങ്കിലും കണ്ടാല് എന്ത് നാണക്കേടാണ്! ഞാൻ പറയുന്നതൊന്നു കേൾക്കൂ. നീ ഇനിയെങ്കിലും കുളിച്ച് ഒരു സാരിയെടുത്തുടുക്ക്."

"ഏതു സാരിയാ ചേച്ചീ ഞാനുടുക്കേണ്ടത്?"

അവളുടെ ചോദ്യത്തിലെ ശിശുസഹജമായ നിഷ്കളങ്കത ചേച്ചിയെ അമ്പരപ്പിക്കുകയും വേദനിപ്പിക്കുകയും ചെയ്തു.

"നിനക്കിഷ്ടമുള്ളത്."

പതിവില്ലാത്ത ചേച്ചിയുടെ ഔദാര്യം ഒരടിയുടെ പാടുപോലെ ഉള്ളിലെവിടെയോ തിണർക്കുന്നു.

ഇപ്പോൾ താഴെയുള്ള ശബ്ദങ്ങൾക്ക് മൂർച്ചയേറുന്നു. അവ വന്നു കൊള്ളുന്നിടത്തൊക്കെ രക്തം പൊടിയുകയും നീറ്റലനുഭവപ്പെടുകയും ചെയ്യുന്നു.

അവൾ ആശ്വാസത്തിനുവേണ്ടി ജനൽപ്പഴുതിലൂടെ പുറത്തേക്കു നോക്കി.

തൊടിയിൽ, പാചകപ്പുരയിൽനിന്നുള്ള പുകയും നേർത്ത മൂടൽ മഞ്ഞും കൂടിച്ചേർന്ന് സൃഷ്ടിക്കുന്ന പുകമറ. ആ പുകമറയ്ക്കപ്പുറത്ത് അവളുടെ സ്വപ്നങ്ങളുടെ സ്വർണ്ണത്തുമ്പികൾ. ആ തുമ്പികൾക്ക് പുറകെ പതുങ്ങിനടക്കാനും അവയെ പിടിക്കാനും ഇനി തനിക്കാവില്ലെന്ന് രമ ഖേദത്തോടെ മനസ്സിലാക്കുന്നു. അവൾ മെല്ലെ കുളിമുറിയിലേക്ക് നടന്നു.

കുളിമുറിയിൽ വച്ചുതന്നെ രമ ഉടുക്കുന്ന സാരിയെക്കുറിച്ചും ധരിക്കുന്ന ആഭരണങ്ങളെക്കുറിച്ചും തീരുമാനമെടുത്തിരുന്നു. വെളുത്ത ടവലിൽ പൊതിഞ്ഞ് പുറത്തുകടന്ന അവളുടെ മുടിയിഴകളിൽ വെള്ളത്തുള്ളികൾ തുഷാരബിന്ദുക്കളെപ്പോലെ തിളങ്ങി. അത് തുടച്ചുകളയാൻ ശ്രമിക്കാതെ അവൾ തനിക്ക് ഇഷ്ടമുള്ള സാരി തെരഞ്ഞെടുത്തു. പച്ചയിൽ ചുവന്ന ബോർഡറും കസവുമുള്ള കാഞ്ചീപുരം സാരി. ആഭരണപ്പെട്ടിയിൽ കൈവച്ചപ്പോൾ മനസ്സിടറി. എത്രയോ കാലത്തിനുശേഷം... വർഷങ്ങളുടെ എണ്ണം നഷ്ടപ്പെട്ടിരിക്കുന്നു.

അമ്മ അന്ത്യനിമിഷങ്ങൾക്ക് തൊട്ടുമുമ്പ് അവളെ വിളിച്ച് അരികിലിരുത്തി. ശുഷ്കിച്ച വിറകിൻകൊള്ളി പോലെയുള്ള കൈ കൊണ്ട് അവ

ളുടെ മുഖത്തും നെറുകയിലും തലോടി. തലയണയ്ക്കടിയിൽനിന്നും ആഭരണപ്പെട്ടിയെടുത്ത് അവളെ ഏല്പിച്ചു.

"ഇതെല്ലാം എന്റെ മോക്കുള്ളതാണ്. ആർക്കും കൊടുക്കണ്ട. എന്റെ കാലം കഴിഞ്ഞാൽ മോക്ക് ആരാള്ളത്? ചേച്ചിയും അനിയത്തിമാരും നിന്നെ നോക്കുമെന്ന് എന്താണുറപ്പ്?" അമ്മയുടെ കണ്ണുകൾ നിറഞ്ഞു നിറഞ്ഞ് വന്നതും ആ കണ്ണുനീർ കവിളിലെ ചാലുകളിൽ ചുടുമണ്ണിൽ നനവെള്ളം പോലെ വറ്റിയമർന്നതും...

അവൾ പെട്ടെന്ന് സാരിയഴിച്ച് ദൂരെയറിഞ്ഞു. ആഭരണങ്ങൾ കട്ടിലിൽ ചിതറിവീണു...

എന്തൊക്കെയോ ഓർത്തുകൊണ്ടും ഒന്നും ഓർക്കാതെയും ഒരേ ഇരിപ്പ്...

ആ ഇരിപ്പിൽനിന്ന് ഞെട്ടിയുണർന്നത് കോണിപ്പടികൾ ശബ്ദിച്ചപ്പോഴാണ്. ഒരു മുന്നറിയിപ്പ് പോലെ ഭീഷണമായ ആ ശബ്ദം എപ്പോഴും അവളുടെ കാതുകളിലുണ്ട്....

വേണ്ട, ഇനിയും ചേച്ചിയെ ദേഷ്യപ്പെടുത്തി ഒരങ്കത്തിന് കളമൊരുക്കണ്ട. ഇന്നൊരു ദിവസമെങ്കിലും അവരുടെ ഇഷ്ടം നടക്കട്ടെ. അനിഷ്ടമായ ഒരു കർമ്മം ചെയ്യുന്നതുപോലെ വീണ്ടും സാരി ഞൊറിഞ്ഞു. ആഭരണപ്പെട്ടിയിലെ എല്ലാ ആഭരണങ്ങളും എടുത്ത് ധരിച്ചു. ഇളക്കത്താലി, പാലയ്ക്കാമോതിരം, മുല്ലമൊട്ടുമാല... കൈകളിൽ സ്വർണ്ണവളകൾ. ഗൾഫിൽനിന്ന് ദിവാകരേട്ടൻ കൊണ്ടുകൊടുത്ത പെർഫ്യൂം ലോഭമില്ലാതെ ശരീരത്തിൽ തളിക്കുമ്പോൾ അവൾ പഴയ ഒരു പാട്ട് മൂളി. "ആരുടെ അനുരാഗമല്ലിക നീ, ആരുടെ സ്വയംവര കന്യക നീ..." ചേച്ചിയോടൊപ്പം മെല്ലെ കോണിപ്പടികൾ ഇറങ്ങുമ്പോഴും പാട്ടിന്റെ ഈണം മനസ്സിലുണ്ട്. താഴത്തെ മുറിയിൽ രജനിയുടെ കൂട്ടുകാരികളും ബ്യൂട്ടീഷനുംകൂടി അവളെ അണിയിച്ചൊരുക്കുന്നു. കസവുസാരികളും സ്വർണ്ണാഭരണങ്ങളും നാവുകളും ഒച്ചവയ്ക്കുന്ന മുറിയിലേക്ക് സങ്കോചമില്ലാതെ രമ കടന്നുചെന്നു.

ക്ലാസ് ടീച്ചർ കടന്നുവരുമ്പോൾ ഒച്ചവയ്ക്കുന്ന കുട്ടികൾ നിശ്ശബ്ദരാവുന്നതുപോലെ രമയുടെ ആഗമനത്തോടെ മുറിയിൽ ശാന്തത പരന്നു.

"എന്നെ കണ്ടാൽ എങ്ങനീണ്ട്."

പൊട്ടിത്തെറിച്ച ചോദ്യത്തിനുമുമ്പിൽ അനേകം കണ്ണുകൾ വിടർന്നു.

"എന്നെ കണ്ടാ രജന്യേലും നന്നല്ലേ?"

ആ ചോദ്യം ചോദിച്ചതും ചേച്ചിയുടെ നഖങ്ങൾ രമയുടെ കൈത്തണ്ടയിൽ അമർന്നതും ഒപ്പമായിരുന്നു.

"നാവടക്കി ഇരുന്നൂടെ നെണക്ക്?"

ചേച്ചിയുടെ കണ്ണുകളിൽ ജ്വലിച്ചു നിന്ന കോപവും മുഖത്ത് പടർന്നു കയറിയ വിളർച്ചയും അവളെ തെല്ലും ഭയപ്പെടുത്തിയില്ല.

"ഞാനെന്താ വല്ല തെറിയും ധിക്കാരവും പറയുന്നുണ്ടോ നാവടക്കാൻ?"

അവളുടെ ശബ്ദത്തിലെ കൂസലില്ലായ്മ ചേച്ചിയെ നടുക്കി. അപ്പോൾ അനുനയസ്വരത്തിൽ പറഞ്ഞു:

"രമേ. നീ അവിടെയെങ്ങാൻ പോയി അടങ്ങിയിരിക്കൂ. സമയമാവുമ്പോൾ വിളിക്കാം."

"അതെന്താ ചേച്ചി അങ്ങനെ? എനിക്കും മുടിയൊക്കെ ഒന്ന് പുട്ടപ്പ് ചെയ്തുകൂടെ? ബ്യൂട്ടീഷനെക്കൊണ്ട് ഐബ്രോ ഒന്ന് ഷെയ്പ് വരുത്തിയാലോ?"

"നീയിപ്പൊ അതിനൊന്നും പോണ്ട. നിനക്ക് വേണ്ട സൗന്ദര്യമൊക്കെയുണ്ട്."

"ചേച്ചി എന്നെ സോപ്പിടുകയൊന്നും വേണ്ട. എന്റെ മുഖം കണ്ണാടിയിൽ കണ്ടിട്ടല്ലേ ഞാൻ താഴേയ്ക്കിറങ്ങി വന്നത്."

"ഞാൻ നിന്നോട് തോറ്റു. നിനക്ക് എന്താ വേണ്ടന്ന്ച്ചാ ചെയ്തോ."

അവർ മുഖം കയറ്റിപ്പിടിച്ചുകൊണ്ട് മറ്റ് മേലന്വേഷണങ്ങൾക്കായി പന്തലിലേക്ക് നടന്നു. ആ തക്കത്തിൽ രമ കല്യാണപ്പെണ്ണിനോടും കൂട്ടുകാരികളോടും ചോദിച്ചു.

"എന്റെ സാരി എങ്ങനേണ്ടന്ന് നിങ്ങളാരും പറഞ്ഞില്ലല്ലോ. ഈ പച്ച നിറം എനിക്ക് നന്നായി ഇണങ്ങുന്നില്ലേ? ഇല്ലെങ്കിൽ തുറന്ന് പറഞ്ഞോളിൻ. ഞാൻ ഇത് മാറി വേറെ ഒന്നുടുക്കാം."

കല്യാണപ്പെണ്ണും കൂട്ടുകാരികളും പകച്ചുനിന്നതേയുള്ളൂ. അവളുമായി ഒരു സംഭാഷണത്തിലേർപ്പെടാൻ വിസമ്മതിച്ചു. എന്തു പറഞ്ഞാലാണ് അവൾ സന്തോഷിക്കുക എന്നവർക്കറിയില്ല. എന്ത് പറഞ്ഞാലാണ് അവൾ അക്രമാസക്തയാവുകയെന്നും അവർക്കറിയില്ല.

"എന്താ നിങ്ങളൊക്കെ എന്നോട് പിണക്കമാണോ? ആരും ഒന്നും മിണ്ടുന്നില്ലല്ലോ. അതോ അസൂയയോ?"

അവൾ ഓരോരുത്തരുടെയും മുഖത്തേക്കും സൂക്ഷിച്ചുനോക്കി. ആ നോട്ടത്തിന്റെ തീക്ഷ്ണതയിൽ അവരുടെ കണ്ണുകൾ പിടഞ്ഞുമാറുന്നത് രമ കൗതുകത്തോടെ കണ്ടു.

രമ കസേരയിൽ കയറി കാലിന്മേൽ കാൽ കയറ്റിയിരുന്നു. വലത്തേക്കാൽ വിറപ്പിച്ചപ്പോൾ പാദസരങ്ങളുടെ മണിനാദം.

"നല്ല രസണ്ട്. ഇല്ല്യേ? ഞാൻ ഒരു നർത്തകിയാവേണ്ടതായിരുന്നു. എന്തു ചെയ്യാം, യോഗണ്ടായില്ല്യ. എന്നുവച്ച് എനിക്കു നൃത്തത്തെപ്പറ്റി ഒന്നും അറിയില്ലെന്ന് നിങ്ങൾ ധരിക്കരുത്..."

അവൾ പൊടുന്നനെ പ്രചോദനം കൊണ്ടതുപോലെ നൃത്തത്തിന്റെ നാല് ചുവടുകൾ വച്ചു.

"കലോത്സവങ്ങളിൽ ക്ലാസിക്കൽ നൃത്തത്തിനുള്ള സമ്മാനം എന്നും എനിക്കായിരുന്നു. ഞാൻ വേദിയിൽ വന്നാൽ ആൺകുട്ടികളുടെ കണ്ണുകൾ പുഷ്പാർച്ചന നടത്താറുണ്ടായിരുന്നു..."

അവൾ കിനാവുകളുടെ തോണി തുഴഞ്ഞ് ഏഴു സമുദ്രങ്ങൾക്കപ്പുറത്തേക്കുപോയി, ഒരു നിമിഷം.

"ദേ അവരു വന്നു..." എന്ന് വിളിച്ചുകൂവിക്കൊണ്ട് ഓടിവന്ന കുട്ടിയാണ് അവളെ മോഹനിദ്രയിൽ നിന്നുണർത്തിയത്.

വരനെ കാണാനും സ്വീകരിക്കാനുമുള്ള തിരക്കിൽ പന്തലിൽ ആളുകൾ ഇളകിമറിഞ്ഞു. പന്തലിന്റെ വെള്ളമേലാപ്പിൽ കെട്ടിയിരുന്ന കടലാസു തോരണങ്ങൾ കാറ്റിൽ ഒച്ചവെച്ചു...

രമ തിരക്കിലേക്ക് പോയില്ല. അവൾക്ക് വരനെ കാണാൻ ധൃതിയില്ല. രമണിയെ പെണ്ണു കാണാൻ വന്നപ്പോൾ അവളെ അടച്ചിട്ടിരുന്ന മുറിയുടെ ജനാലപ്പഴുതിലൂടെ നാടകം മുഴുവൻ കണ്ടതാണ്.

ഒരു ടൂറിസ്റ്റ് ടാക്സിയിൽ അഞ്ചാറുപേർ തിങ്ങിഞെരിഞ്ഞിട്ടാണ് വന്നത്. പ്രായം കൂടിയ രണ്ടു പുരുഷന്മാർ. രണ്ട് മദ്ധ്യവയസ്കകൾ. ഒരു ചെറുപ്പക്കാരി. വെളുത്തുമെലിഞ്ഞ് അകത്തോട്ടല്പം വളവുള്ള ഒരു യുവാവ്... ചുമരിൽ പതിച്ച കടലാസുപൂ പോലെയുള്ള ചിരി അയാളുടെ ചുണ്ടിൽ ഒട്ടിനില്ക്കുന്നത് രമ പ്രത്യേകം ശ്രദ്ധിച്ചിരുന്നു...

ചിത്രപ്പണി ചെയ്ത ഒരു പ്ലാസ്റ്റിക് ട്രേയിൽ ചായയുമായി രജനി മുമ്പേ. പലഹാരങ്ങളുമായി ചേച്ചി പുറകെ.

ചടങ്ങുകളെല്ലാം തീർന്നപ്പോൾ രജനിയോട് ചോദിച്ചു.

"നീ ആ ചൊക്ലിയെ കല്യാണം കഴിക്കാൻ തീരുമാനിച്ചോ?"

അങ്ങനെ ചോദിച്ചതിന് ചേച്ചിയുടെ കൈയിന്റെ ചൂടറിഞ്ഞു. തുടർന്ന് ശകാരവർഷവും. പിടിച്ചുവലിച്ച് മുറിയിൽ തള്ളിയിട്ടാണ് ചേച്ചി വാതിലടച്ചത്. ആ ഓർമ്മകളുടെ കയ്പ് വായിൽ കിനിഞ്ഞത് രമ പുറത്തേക്ക് നീട്ടിത്തുപ്പി. പിന്നെ വരനെ വരവേല്ക്കുന്നത് കാണാൻ അവളും പന്തലിലേക്ക് നടന്നു. വീഡിയോ കോച്ചുകളിൽനിന്നും ടൂറിസ്റ്റ് ടാക്സികളിൽനിന്നുമായി ആളുകൾ ഉറങ്ങുമ്പോഴേക്കും തകിലിൽ വിരൽമുട്ടി. നാഗസ്വരക്കാരൻ ഒന്നുരണ്ടു തവണ 'പേ... പേ...' എന്ന് ശ്രുതിയിണക്കി. ചേച്ചി നിലവിളക്കും അഷ്ടമംഗല്യവുമായി വരനെ എതിരേല്ക്കാൻ മുമ്പിൽ നടന്നു. പിന്നിൽ, കാറ്റത്ത് കെടാൻ തുടങ്ങുന്ന താലങ്ങളിലെ തിരിനാളങ്ങളെ അപമൃത്യുവിൽനിന്ന് രക്ഷിക്കാൻ ബദ്ധപ്പെടുന്ന പെൺകിടാങ്ങൾ...

വരൻ കോടിനിറത്തിലുള്ള ഡബിൾ മുണ്ടും വെള്ള ഷർട്ടുമാണ് ധരിച്ചിരിക്കുന്നത്.

പട്ടിന്റെ തലപ്പാവും രത്നാഭരണങ്ങളും അണിഞ്ഞ് അശ്വാരൂഢനായി രാജസപ്രൗഢിയോടെ വരുന്ന വീരനായകൻ എവിടെ? വിയർത്തൊലിച്ച് സ്നേഹിതന്മാർ ചൂടിയ കുടയുടെ നിഴലിൽ വരുന്ന അശുവായ ഈ മനുഷ്യനെവിടെ? ഇയാൾക്ക് ഒന്നും പിടിച്ചുവാങ്ങാനാവില്ല. മറ്റുള്ളവർ ദാനമായി നല്കുന്നത് ഏറ്റുവാങ്ങി അതുകൊണ്ട് സന്തോഷിക്കാനേ കഴിയൂ... രമയുടെ മനസ്സിലെ ചിത്രം അതല്ല... കുതിരപ്പുറത്ത് നിന്ന് ചാടിയിറങ്ങുന്ന പരാക്രമിയായ നായകൻ എടുത്താൽ പൊങ്ങാത്ത ഒരു വില്ലെടുത്ത് കുലയ്ക്കുന്നു. അയാളുടെ കഴുത്തിൽ ആദ്യം നീലോല്പലമാലയും പിന്നീട് വരണമാല്യവും വീഴുന്നു...

അല്ലെങ്കിൽ തിരിഞ്ഞുകൊണ്ടിരിക്കുന്ന കൂട്ടിലെ കിളിയുടെ നേർക്ക്

ഉന്നംതെറ്റാതെ പാഞ്ഞുവരുന്ന ഒരമ്പ്. രാജകുമാരിയെ പുഷ്പം പോലെ കുതിരപ്പുറത്ത് എടുത്തുവച്ച് ചാട്ടവാർ ആഞ്ഞുവീശി ദിഗന്തങ്ങളെ വിറപ്പിച്ചുകൊണ്ട്...

ആ നായകന്മാരെല്ലാം പുരാണങ്ങളുടെ ചിതൽ തിന്ന ഏടുകളിൽ ഉറങ്ങുന്നു. അവരുടെ വികൃത മാതൃകകൾ ടി വി സ്ക്രീനിൽ അരങ്ങ് തകർക്കുന്നു. അവർക്ക് യഥാർത്ഥമായ പുനർജ്ജന്മമുണ്ടാകുന്നത് രമയുടെ ഭ്രാന്തൻ സ്വപ്നങ്ങളിൽ മാത്രം...

പാനോപചാരങ്ങൾക്കും കുശലപ്രശ്നങ്ങൾക്കും ശേഷം ആളുകൾ മംഗളകർമ്മത്തിന് സാക്ഷ്യം വഹിക്കാൻ അനുയോജ്യമായ ഇരിപ്പിടങ്ങൾ തേടി.

അഞ്ചുതിരിയിട്ട നിലവിളക്കുകളിൽ തെളിനാളങ്ങൾ പുളഞ്ഞു. നിറപറയിൽ തെങ്ങിൻ പൂക്കുല വിടർന്നു. വെള്ളിത്തളികയിൽ വരണമാല്യങ്ങൾ ചുരുണ്ടുകിടന്നു.

ബന്ധുക്കളും സുഹൃത്തുക്കളുംകൂടി വരനെ വേദിയിലേക്കാനയിച്ചു. വെള്ള വിരിച്ചതിനു മീതെ ചമ്രം പടിഞ്ഞിരിക്കുമ്പോൾ അയാളുടെ ചെന്നികളിൽ കൂടി വിയർപ്പിന്റെ നദികളൊഴുകി.

പാവം, പേടിച്ചവശനായിരിക്കുന്നു. എന്നോർത്ത് രമ ഉള്ളിൽ ചിരിച്ചു.

“പെണ്ണിനെ പന്തലിലേക്കിറക്കാം.”

എതോ കാരണവരുടെ നിർദ്ദേശം.

രമയ്ക്ക് പന്തലിൽ ഒറ്റയ്ക്കിരുന്ന് ഭയവും സംഘർഷവും അനുഭവിക്കുന്ന മണവാളനോട് അനുകമ്പ തോന്നി. അവൾ വിളിച്ചുപറഞ്ഞു. “ടെൻഷൻ അടിക്കേണ്ട ആവശ്യമില്ലെന്നേയ്...”

അവളുടെ നേർക്ക് അനേകം കണ്ണുകളുടെ കൂർത്ത മുനകൾ നീണ്ടുവന്നു. അവൾക്കുചുറ്റും ചിത്രശലഭങ്ങൾ പറന്നാർന്നു.

ആളുകളെ വകഞ്ഞുമാറ്റി രമ മുന്നോട്ട് ചെന്നു. കർചീഫ് കൊണ്ട് അയാളുടെ മുഖത്തെ വിയർപ്പൊപ്പി. വെള്ളിത്തളികയിൽനിന്ന് വരണമാല്യമെടുത്ത് അയാളുടെ കഴുത്തിലണിഞ്ഞു. എന്നിട്ട് അയാളുടെ കണ്ണുകളിലേക്ക് നോക്കി നിഷ്കളങ്കമായി മന്ദഹസിച്ചു. പന്തലിൽ പെയ്തിറങ്ങിയ നിശ്ശബ്ദതയിൽ കടലാസ് തോരണങ്ങൾപോലും ചലമനമറ്റ് നിന്നു.

തൊപ്പികൾ

വിനായക് റാവു ഒരു തുന്നൽക്കാരനാണ്.

ഈ വാചകം വായിച്ചുകഴിയുമ്പോഴേക്കും നിങ്ങളുടെ മനസ്സിൽ ആനയും തുന്നൽക്കാരനും എന്ന കഥ ഓടിയെത്തുകയായി. നമ്മൾ ആ പഴയ പാഠം പഠിച്ചത് ഏത് ക്ലാസിൽ വച്ചാണ്? മൂന്നിലോ നാലിലോ? ആനയുടെ തുമ്പിക്കൈയിൽ സൂചികൊണ്ടു കുത്തിയ തുന്നൽക്കാരനോട് പകരം വീട്ടാൻ തുമ്പിക്കൈ നിറയെ വെള്ളവുമായി...

നിങ്ങൾ ഓർമ്മിച്ച കഥയിലെ തുന്നൽക്കാരനെപ്പോലെ ദ്രോഹിയായിരുന്നില്ല ഈ കഥയിലെ തുന്നൽക്കാരൻ. ആനയെ എന്നല്ല, ഒരു ഉറുമ്പിനെപ്പോലും ദ്രോഹിക്കുവാൻ കഴിയാത്ത പാവമായിരുന്നു, വിനായക് റാവു. തുന്നൽക്കാരനാണെന്നു പറഞ്ഞുവെങ്കിലും വിനായക്റാവുവിന്റെ പേര് നഗരത്തിലെ പ്രസിദ്ധരായ തുന്നൽക്കാരുടെ പട്ടികയിൽപെടുന്നില്ല. എന്നാൽ മറ്റുള്ളവർ തുന്നിയ കുപ്പായങ്ങൾ ആൽട്ടർ ചെയ്യുകയോ പഴയ ഉടുപ്പുകളുടെ കേടുപാടുകൾ തീർക്കുകയോ മാത്രം ചെയ്യുന്ന മോശപ്പെട്ട തുന്നൽക്കാരനായിരുന്നില്ല അയാൾ.

നഗരത്തിന്റെ പൂർവ്വോത്തര ഭാഗത്ത് മദ്ധ്യവർത്തികൾ താമസിക്കുന്ന ഒരു കോളനിയിലെ ഇടത്തരം തുന്നൽക്കാരനാണ് വിനായക് റാവു. കോളനിയിൽത്തന്നെ ഒരു മുറിയും അടുക്കളയുമുള്ള ചെറിയ ഒരു ഫ്ളാറ്റിൽ ഭാര്യയും രണ്ടാൺ മക്കളുമൊത്ത് താമസിക്കുന്നു. മൂത്ത മകൻ സുനിൽ ഓട്ടോമൊബൈയിൽ മെക്കാനിക്. രണ്ടാമത്തെയാൾ പ്രശാന്ത് ഐ ടി ഐയിൽ ഇലക്ട്രീഷ്യൻ കോഴ്സിനു പഠിക്കുന്നു. സംതൃപ്ത കുടുംബം.

മക്കൾ തന്റെ തൊഴിൽ സ്വീകരിച്ച് പാരമ്പര്യം നിലനിർത്താത്തതിനാൽ വിനായക് റാവുവിന് ഖേദമില്ല. മക്കൾക്കെങ്കിലും മൂലക്കുരുവിന്റെ ശല്യം ഇല്ലാതായിരിക്കുമല്ലോ എന്ന സമാധാനത്തിലാണ് അവരെ തന്റെ തൊഴിലിലേക്ക് ആകർഷിക്കാതിരുന്നത്.

മൂത്തവൻ ഇതിനകംതന്നെ നല്ലൊരു സ്കൂട്ടർ മെക്കാനിക് എന്ന നിലയിൽ കോളനിയിൽ അറിയപ്പെടുന്നു. അവർ താമസിക്കുന്ന വീടിനു മുമ്പിൽ സദാ സമയവും രണ്ടു ചക്രമുള്ള വാഹനങ്ങൾ വന്നുപൊയ്ക്കൊണ്ടിരിക്കും.

തുന്നലായാലും, പാചകമായാലും മെക്കാനിക്കായാലും ഡോക്ടറായാലും കൈപ്പുണ്യമാണ് വേണ്ടതെന്ന് വിനായക് റാവു വിശ്വസിക്കുന്നു.

പ്രശാന്തിന് വലിയ പ്ലാനുകളാണ്. അവൻ ഇലക്ട്രിക് വയറിങ്ങിന്റെയും മറ്റും കോൺട്രാക്റ്റുകൾ എടുത്ത് വലിയ ബിസിനസുകാരനാകും എന്നാണത്രെ ജാതകഫലം. അവന്റെ അമ്മ സിന്ധുതായ് ജോത്സ്യൻ പറയുന്നതത്രയും ഫലിക്കുമെന്ന് വിശ്വസിക്കുന്ന കൂട്ടത്തിലാണ്. വിനായക് റാവു നിരീശ്വരവാദിയോ റാഷണലിസ്റ്റോ അല്ലെങ്കിലും അതിരുകടന്ന ഒരു വിശ്വാസവും അയാൾക്കില്ല. അതുകൊണ്ടാണ് നഗരത്തിലെ ഗണപതിമാർ പാലുകുടിക്കുന്നത് കാണാൻ ജനം തടിച്ചുകൂടിയപ്പോഴും വിനായക് റാവു തന്റെ തുന്നൽപ്പണിയിൽ മാത്രം മുഴുകിയിരുന്നത്.

"വരുന്നില്ലേ വിനായക് റാവു, ഗണപതി പപ്പയുടെ ചമല്ക്കാരം കാണാൻ?" സുഹൃത്തുക്കളായ ഷിൻഡോയും ഷെട്ടിയും പിള്ളയുമൊക്കെ വന്നുവിളിച്ചു. ജോലിയുണ്ടെന്നു പറഞ്ഞ് ഒഴിഞ്ഞുമാറി.

പിറ്റേ ദിവസത്തെ പത്രത്തിൽ ഗജാനനൻ പാലുകുടിച്ചതിന്റെ രഹസ്യം പുറത്തായപ്പോൾ വിനായക് റാവു ഹൃദ്യമായി ചിരിച്ചു. തന്റെ സമയം പാഴാകാത്തതിൽ അകമേ സന്തോഷിക്കുകയും ചെയ്തു.

സമയത്തിന് ഇത്രയും വിലകല്പിക്കുന്ന ഒരാൾ പ്രശസ്തനും തിരക്കുള്ളവനുമാണെന്ന നിഗമനത്തിലേക്ക് നിങ്ങൾ എടുത്തുചാടരുത്. വിനായക് റാവുവിന്റെ 'ഫിറ്റ്വെൽ' എന്ന സ്ഥാപനത്തിന് നഗരത്തിന്റെ പൂർവ്വോത്തരഭാഗങ്ങളിൽ ഒരുവിധം പ്രശസ്തിയുണ്ടായിരുന്നു എന്നത് നേരു തന്നെ. സാധാരണ നിലയ്ക്ക് പാന്റും ഷർട്ടും തയ്ക്കാൻ കൊടുത്താൽ ഒരു മാസം കഴിഞ്ഞേ കിട്ടൂ. ട്രയൽ വേണമെന്ന് റാവുവിന് നിർബ്ബന്ധമുള്ളതുകൊണ്ടാണ് ഇത്രയും സമയ ദൈർഘ്യം. മുറുമുറു പറഞ്ഞിട്ട് കാര്യമില്ല വിനായക് റാവു ചിരിച്ചുകൊണ്ട് പറയും.

"എനിക്ക് സാവകാശമേ പണി ചെയ്യാനാവൂ. നിങ്ങൾക്ക് ധൃതിയുണ്ടെങ്കിൽ സയണിലോ ദാദറിലോ പോകാം. ഒരു വിരോധവുമില്ല. അവിടെ ചിലപ്പോൾ ഒരു ദിവസം കൊണ്ടുതന്നെ തുന്നി കിട്ടിയേക്കും. ഇരട്ടി ചാർജു കൊടുത്താലും കാര്യം നടക്കുമല്ലോ." വിനായക് റാവു കാര്യം തുറന്നു പറയുന്നതുകൊണ്ട് അയാളുടെ പതിവുകാരാരും മുഷിഞ്ഞു പോകാറില്ല. ഏതെങ്കിലും ഒരു തീയതി പറഞ്ഞ് മൂന്നുനാലു തവണ നടത്തുന്ന പ്രകൃതക്കാരനല്ല അയാൾ. പറഞ്ഞാൽ പറഞ്ഞ തീയതിക്ക് സാധനം തുന്നി ഇസ്തിരി ചെയ്ത് മടക്കിവെച്ചിട്ടുണ്ടാവുമെന്നുള്ളത് മൂന്നരത്തരം.

ദിവാളി, ക്രിസ്തുമസ് മുതലായ വിശേഷാവസരങ്ങളിലും സമയക്ലിപ്തത പാലിക്കാറുണ്ടെന്നുള്ളത് വിനായക് റാവുവിന്റെ പ്രത്യേകതയാണ്.

എന്തെല്ലാം പ്രലോഭനങ്ങൾ ഉണ്ടായാലും കൊക്കിലൊതുങ്ങുന്നതേ കൊത്താറുള്ളു. അതാണ് വിനായക് റാവുവിന്റെ തത്ത്വശാസ്ത്രം. ഒരു ദിവാളികൊണ്ടോ, ക്രിസ്തുമസുകൊണ്ടോ ജീവിതത്തിന് വേണ്ടതു മുഴുവൻ സമ്പാദിക്കുവാനാകുമോ? പിന്നെ എന്തിന് മരണ പരാക്രമം കാണിച്ച് രാത്രിയെ പകലാക്കി ജോലി ചെയ്യണം? അവസാനം ആഘോഷങ്ങൾ കെട്ടടങ്ങുമ്പോൾ സമ്പാദിച്ച പണം മുഴുവൻ ഡോക്ടർക്ക് കൊടുക്കാനോ? വിനായക് റാവു എന്നും വിനായക് റാവു തന്നെയാണ്. ഉത്സവങ്ങളും ആഘോഷങ്ങളും അയാളെ മത്തുപിടിപ്പിക്കാറില്ല. ദുരാഗ്രഹിയാകാറില്ല. രണ്ടുനേരവും 'ദാൽ റൊട്ടി' ക്കുള്ളത് ഈശ്വരൻ തരുന്നുണ്ട്. അത് ധാരാളം മതി. അതിന് മുട്ടുവരുത്തരുതേ എന്നുമാത്രമാണ് പ്രാർത്ഥന. പഴയ സിങ്കാര മിഷിന്റെ ചക്രവും തന്റെ ഹൃദയവും ഒരു ദിവസം ഒപ്പം മരിക്കുകയാണെങ്കിൽ അതിൽപ്പരം മഹാഭാഗ്യം എന്താണ്? അതു വിനായക് റാവുവിന്റെ നിത്യപ്രാർത്ഥനയിൽപ്പെടുന്നു.

വിനായക് റാവുവിന്റെ ഒരേകദേശ ചിത്രം നിങ്ങളിതിനകം മനസ്സിൽ വരച്ചിട്ടുണ്ടാകും. എന്നാൽ അയാളുടെ സ്ഥാപനം നിങ്ങളൂഹിച്ചിരിക്കാവുന്നതുപോലെ ഏതെങ്കിലും ഷോപ്പിങ് സെന്ററിലോ വലിയ കെട്ടിടത്തിലോ ഒന്നുമല്ല സ്ഥിതി ചെയ്യുന്നത്. അവിടെ സൺമൈക്കയിട്ട മേശകളും ചില്ലലമാരികളും നിങ്ങൾ കാണില്ല.

കോളനിയിലേക്കുള്ള പ്രധാന വീഥിയിലൂടെ ഇരുവശവുമായി മരുന്നുപെട്ടിയിലെ അറകൾപോലെ പൊന്തിവന്ന മുറികളിലൊന്നിലാണ്, 'ഫിറ്റ്വെൽ' എന്ന സ്ഥാപനത്തിന്റെ പേർ തൂങ്ങുന്നത്. എട്ടടി വീതിയും പത്തടി നീളവുമുള്ള മുറിയുടെ ചുമരുകൾ ഇഷ്ടികകൾകൊണ്ട് പണിത് പരുക്കൻ തേച്ചിരിക്കുന്നു. മുകൾക്കൂട് ആസ്ബറ്റോസ് ഷീറ്റുകൾ കൊണ്ടാണ് മേഞ്ഞിരിക്കുന്നത്. നമുക്ക്, എല്ലാകാലത്തും ഒരേ വേഗതയിൽ തിരിയുന്ന പഴയ പങ്ക മാത്രമാണ് ആഡംബര ചിഹ്നമായിട്ടുള്ളത്. ഏപ്രിൽ മേയ് മാസങ്ങളിൽ ആസ്ബറ്റോസ് ഷീറ്റുകൾ പഴുത്ത് തീതുപ്പുമ്പോൾ ആ പങ്ക കൂടിയില്ലെങ്കിൽ വിനായക് റാവു ഇതിനകം ചുട്ടെടുത്ത മീൻപോലെ ആയിത്തീർന്നേനെ. വേനല്ക്കാലത്ത് ഒരു വരയൻ നിക്കർ മാത്രം ധരിച്ചുകൊണ്ട് കുനിഞ്ഞിരുന്ന് ജോലി ചെയ്യുന്ന അയാളുടെ നരച്ച രോമങ്ങൾക്കിടയിൽ പുൽത്തകിടിയിലെ മഞ്ഞുത്തുള്ളികൾപോലെ വിയർപ്പു മുത്തുകൾ ഉരുണ്ടുകൂടും. ഉഷ്ണത്തിനോടും തണുപ്പിനോടുമൊക്കെ അകൃത്രിമമായ അനുരഞ്ജനം പുലർത്തിക്കൊണ്ടാണ് അയാൾ ഇത്രയും കാലം തന്റെ തൊഴിൽ തുടർന്നത്. പ്രതികൂല പരിതഃസ്ഥിതികൾ ഏറെയുണ്ടായിട്ടും വിനായക് റാവു തന്റെ തൊഴിലിൽ അലംഭാവം കാണിക്കുകയോ അമിതമായി കൂലിനിരക്ക് വർദ്ധിപ്പിക്കുകയോ ചെയ്തില്ല. എന്നും അവിടെ തുന്നിക്കുന്നവരോടും യദൃച്ഛയാ ചെല്ലുന്നവരോടും അയാളുടെ പെരുമാറ്റം ഒന്നുതന്നെ. സൗമ്യവും സൗഹൃദം നിറഞ്ഞതും.

മറ്റുള്ള സ്ഥാപനങ്ങളിൽ സൺമൈക്ക കൊണ്ടുള്ള പരിഷ്കാരങ്ങളും തിളക്കങ്ങളും വർദ്ധിച്ചതോടൊപ്പം നിരക്കുകളും കുതിച്ചുകയറി. വിനാ

യക് റാവു പ്രലോഭനങ്ങൾക്ക് വശംവദനായില്ല. തുന്നൽക്കാരനെ പോലെ തന്നെ പഴയവയായിരുന്നു തുന്നൽമെഷീനും കത്രികയും അളവെടുക്കുന്ന ടെയ്പ്പും. എന്നിട്ടും ആ പഴമയിൽ വിശ്വാസമർപ്പിച്ചുകൊണ്ടും അതിന്റെ തനിമയിലേക്കും സാരള്യത്തിലേക്കും ആകർഷിക്കപ്പെട്ടുകൊണ്ടും വന്നിരുന്ന നിരവധി പേരുണ്ടായിരുന്നു. കോളനിയിൽ നിന്നുള്ളവർ മാത്രമായിരുന്നില്ല ഇങ്ങനെ വന്നിരുന്നവർ. സമീപപ്രദേശങ്ങളിൽനിന്നും അകലങ്ങളിൽനിന്നും ആ തുന്നൽ കട അന്വേഷിച്ചുപോയവരും കൂട്ടത്തിലുണ്ടായിരുന്നു.

പരസ്യപ്പലകകളും നിയോൺ വെളിച്ചങ്ങളും നഗരമോടികളും കൂടാതെ തന്നെ തന്റെ തൊഴിലിന്റെ മഹിമയും അതിലെ സത്യസന്ധതയും കൃത്യനിഷ്ഠയും പാലിക്കുന്ന വിനായക് റാവുവിനോട് പിന്നീട് പൊട്ടിമുളച്ച ചിലർക്കൊക്കെ അസൂയ തോന്നിയത് സ്വാഭാവികം. "കിഴവന്റെ ചാർജ്ജ് കുറവായതുകൊണ്ടാണ് കണ്ട ആപ്പയും ഊപ്പയുമൊക്കെ അവിടെ തള്ളിക്കയറുന്നത്."

അത്തരം അഭിപ്രായങ്ങളൊന്നും വിനായക് റാവുവിനെ വ്യതിചലിപ്പിച്ചില്ല. മനസ്തോഭം ഉണ്ടാക്കിയില്ല. വലിയ ധനസ്ഥിതിയോ ദാരിദ്ര്യമോ ഇല്ലാത്ത അവസ്ഥയിൽ വിനായക് റാവുവും കുടുംബവും കഴിഞ്ഞുവന്നു.

ലോകത്തിൽ നിരുപദ്രവികളേയും സന്മനസ്സുള്ളവരേയും ദൈവം ഒരു വേട്ടക്കാരനെപ്പോലെ പിന്തുടർന്നുകൊണ്ടിരിക്കും എന്നുള്ളത് എത്ര ശരി! വേട്ടക്കാരൻ എത്ര വിദഗ്ദ്ധനായാലും, ഉന്നം ഉള്ളവനായാലും അയാൾ വേട്ടയാടുന്നത് ക്രൂരമൃഗങ്ങളെയോ മൃഗരാജാവിനെയോ അല്ല, കേവലം നിരുപദ്രവികളും സൗമ്യപ്രകൃതികളുമായ മാൻ, മുയൽ മുതലായ മൃഗങ്ങളെയാണെന്ന് ഓർക്കുക. ദൈവവും അതുതന്നെയാണ് ചെയ്തത്. നഗരത്തിലെ അധോലോക നായകന്മാരെയും ഗുണ്ടകളെയും കുറ്റവാളികളെയും കരിഞ്ചന്തക്കാരേയും വെറുതെ വിട്ട് അദ്ദേഹം വിനായക് റാവുവിന്റെ പുറകേ കൂടി.

നേർത്ത നടുവേദനയായി തുടങ്ങിയ അസുഖം, ഒരു തുന്നൽക്കാരനെ സംബന്ധിച്ചിടത്തോളം മർമ്മസ്ഥാനമാണത്. ദിവസം മുഴുവൻ കുനിഞ്ഞിരുന്ന് ജോലി ചെയ്യുന്ന വിനായക് റാവുവിന് നടുവേദന തന്നെ കൊടുത്തത് ദൈവം കല്പിച്ചുകൂട്ടി ചെയ്തതല്ലേ? ദൈവത്തിന്റെ അനുഗ്രഹങ്ങളും അഭിശാപങ്ങളും ഏറ്റുവാങ്ങുകയല്ലാതെ അവയെ നിരസിക്കാനോ വെല്ലുവിളിക്കാനോ അവയിലെ ന്യായാന്യായങ്ങൾ ചൂണ്ടിക്കാണിക്കാനോ നിസ്സാരന്മാരായ നമുക്ക് കഴിയുകയില്ലല്ലോ. വിനായക് റാവു കുറെ ദിവസം വേദന കടിച്ചുപിടിച്ചും വേദനസംഹാരികൾ ഭക്ഷിച്ചും തന്റെ ചക്രം തിരിച്ചു. വേദന വർദ്ധിച്ചു വന്നതോടെ ജോലികൾ ഏറ്റെടുക്കാൻ കഴിയാതായി. ഏറ്റെടുത്തവ തന്നെ പറഞ്ഞ സമയത്ത് കൊടുക്കുവാനും ആവാതായി. പണി കുറഞ്ഞു. വരുമാനം കുറഞ്ഞു. വീട്ടുചെലവിനും മക്കളെ ആശ്രയിക്കേണ്ട ഗതികൂടിയായപ്പോൾ വിനായക് റാവുവിന് നില്ക്കക്കള്ളിയില്ലാതായി.

അവസാനം നട്ടെല്ലിൽ ഒരോപ്പറേഷൻ കഴിഞ്ഞതോടെ അയാൾക്ക് തുന്നൽക്കാരൻ എന്ന പേർ മാത്രം ബാക്കിയായി. നിസ്സാരമായ എന്തെങ്കിലും ജോലികൾ ചെയ്യാമെന്നല്ലാതെ കാര്യമായ തുന്നൽ പണിയൊന്നും ഇനിയും സാദ്ധ്യമല്ലെന്ന് ഉറപ്പായി.

അപ്പോഴാണ് തൊപ്പികളുടെ ആശയം മനസ്സിലുദിച്ചത്. തൊപ്പിതുന്നുവാൻ അധികം ശരീരാദ്ധ്വാനമോ സമയമോ ആവശ്യമില്ലാത്തതുകൊണ്ട് വിനായക് റാവു തൊപ്പി തുന്നൽ തുടങ്ങി. പലതരം തൊപ്പികൾ ധരിക്കുന്ന തലകൾ ധാരാളമുള്ളതുകൊണ്ട് തനിക്ക് തൊഴിൽമാന്ദ്യമോ തൊഴിൽ മുടക്കമോ ഉണ്ടാകില്ലെന്ന് അയാൾക്കുറപ്പുണ്ടായിരുന്നു.

ആദ്യം വിലകുറഞ്ഞതും എളുപ്പം തുന്നാവുന്നതുമായ ഗാന്ധിത്തൊപ്പികളാണ് അയാൾ തുന്നിയത്. എന്തുകൊണ്ടോ പ്രതീക്ഷിച്ചതുപോലെ ആ തൊപ്പികൾ വിറ്റു തീർന്നില്ല. വില്ക്കാതെ തൂങ്ങിക്കിടന്നിരുന്ന തൊപ്പികളിൽ റോഡിലെ പൊടി അടിച്ചുകയറി മങ്ങലേല്പിച്ചു. അവയിനിയും ആരും വാങ്ങില്ലെന്ന് മനസ്സിലായപ്പോൾ വിനായക് റാവു പുതിയ തരം തൊപ്പികളിലേക്ക് ശ്രദ്ധ തിരിച്ചു. തുർക്കിത്തൊപ്പി, രോമത്തൊപ്പി, കാഷ്മീർ തൊപ്പി, ക്രിക്കറ്റ് താരങ്ങളുപയോഗിക്കുന്ന തൊപ്പികൾ.

തൊപ്പികൾ തുന്നി കടയിൽ തോരണങ്ങൾപോലെ തൂക്കിയിട്ടപ്പോൾ അതൊരു തുന്നൽകടയാണെന്ന് പുറത്തുനിന്നു നോക്കുന്നവർക്ക് മനസ്സിലായില്ല. ഒരു തൊപ്പിക്കട... എന്നാൽ അപ്പോഴും 'ഫിറ്റ്വെൽ' എന്ന ബോർഡഴിച്ചു മാറ്റാൻ വിനായക് റാവു തയ്യാറായില്ല.

തൊപ്പി തലയ്ക്കിണങ്ങേണ്ടതും തലയിൽ ഉറച്ചിരിക്കേണ്ടത് ആവശ്യമാണല്ലോ. ഷർട്ടു തുന്നുന്നതുപോലെ ആവശ്യക്കാരന്റെ തലയുടെ ചുറ്റളവും മറ്റും എടുത്ത് തൊപ്പി തുന്നുന്നത് പ്രായോഗികമല്ലാത്തതിനാൽ ചില ധാരണകൾ വച്ച് പല അളവുകളിലും ആകൃതിയിലുമുള്ള തൊപ്പികൾ തുന്നുകയേ നിവൃത്തിയുണ്ടായിരുന്നുള്ളൂ.

വിനായക് റാവുവിന്റെ സംരംഭത്തിലെ വഴിത്തിരിവായിരുന്നു, സിനിമാതാരങ്ങളുടെ തൊപ്പികൾ. അമീർഖാനും ഷാരൂഖ് ഖാനും സിനിമയിൽ ഉപയോഗിച്ചിരുന്ന തൊപ്പികൾക്ക് പൊടുന്നനെയാണ് ഡിമാന്റ് വർദ്ധിച്ചത്. സിനിമാ കാണുന്നത് ഇഷ്ടം ഇല്ലാതിരുന്നിട്ടും തൊപ്പികളുടെ രൂപമാതൃക ഹൃദിസ്ഥമാകുവാൻവേണ്ടി വിനായക് റാവു സിനിമ കണ്ടു. അതിനുശേഷം യുവജനങ്ങളുടെ ഇഷ്ടതാരങ്ങൾ ഉപയോഗിച്ച തരം തൊപ്പികൾ അയാൾ അനായാസം തുന്നുവാൻ തുടങ്ങി. സ്കൂൾ കുട്ടികളും കോളേജ് കുമാരന്മാരും കുമാരിമാരും വിനായക് റാവുവിന്റെ തുന്നൽ കടയെ ജനബഹുലവും ശബ്ദമുഖരിതവുമാക്കി. വിനായക് റാവുവിന്റെ കച്ചവടം പകരം പട്ടാള ലോറികൾ റോന്തു ചുറ്റി. നിശാനിയമം നഗരത്തിനെ നിർജ്ജീവമാക്കി. കാവലുകൾ സുശക്തമായിരുന്നിട്ടും തക്കവും തരവും പാർത്ത് രാംപുരി കത്തികൾ കുടൽ മാലകൾ ചുരന്നെടുത്തു. മരച്ചാപ്പകൾ അഗ്നികുണ്ഡങ്ങളെപ്പോലെ കത്തിയെരിഞ്ഞു. കൊടുവാളുകളും രാംപുരി കത്തികളും ത്രിശൂലങ്ങളും കൈത്തോക്കുകളും പന്ത

ങ്ങളും ഘോഷയാത്രകൾ നടത്തി. അട്ടഹാസങ്ങളും പോർവിളികളും നഗരമെങ്ങും മാറ്റൊലിക്കൊണ്ടു.

മാറ്റൊലികൾ വിനായക് റാവുവിന്റെ ചെവിയിലും മുഴങ്ങി. എന്നാൽ അയാൾ അതിനൊന്നും ചെവികൊടുക്കാതെ തന്റെ തൊഴിലിൽ വ്യാപൃതനായി. ഭാഗ്യത്തിന് അവർ താമസിക്കുന്ന പ്രദേശത്തേക്ക് കലാപത്തിന്റെ അഗ്നി പടർന്നിരുന്നില്ല. പക്ഷേ, ദിവസങ്ങൾ ചെല്ലുന്തോറും ആകാശം മൂടിക്കെട്ടുകയായിരുന്നു. പൊടുന്നനെയാണ് വിനായക് റാവുവിന്റെ ഭീഷണിയുടെ ശബ്ദം മുഴങ്ങിയത്. തീപ്പന്തങ്ങൾ കടയുടെ നേരെ ചുവന്ന നാവുകൾ നീട്ടിയപ്പോൾ അയാൾ ഭയാക്രാന്തനായി. താൻ തുന്നുന്ന തൊപ്പികൾ മനുഷ്യരുടെ തലയ്ക്ക് അലങ്കാരവും തണലും നല്കണം എന്നു മാത്രമേ അയാൾ ആഗ്രഹിച്ചിരുന്നുള്ളൂ.

തൊപ്പികൾ വിശ്വാസങ്ങളുടെയും അനുഷ്ഠാനങ്ങളുടെയും അടയാളമാണെന്ന അറിവ് അയാളെ അമ്പരിപ്പിച്ചു. അക്രമാസക്തരായി വരുന്ന ജനക്കൂട്ടത്തിന്റെ സ്വഭാവവും ആക്രോശങ്ങളും ദൈവവിളികളും തിരിച്ചറിഞ്ഞ് അവരെ പ്രീതിപ്പെടുത്തുന്ന തൊപ്പിയണിഞ്ഞുകൊണ്ട് നില്ക്കുവാൻ വിനായക് റാവു നിർബ്ബന്ധിതനായി. എന്തു വില കൊടുത്തും തന്റെ കൊച്ചു കടയെ രക്ഷപ്പെടുത്തണമെന്ന ഒറ്റ വിചാരമേ അയാൾക്കുണ്ടായിരുന്നുള്ളൂ. ഈ ജീവിതോപാധി നഷ്ടപ്പെട്ടാൽ പിന്നെ വിനായക് റാവു എന്ന തുന്നൽക്കാരനില്ല. എങ്കിലും ഓരോരുത്തരെയും പ്രീണിപ്പിക്കുന്നതിനുവേണ്ടി തൊപ്പികൾ മാറി മാറി ധരിക്കുന്നത് അയാളുടെ തലയ്ക്ക് പറ്റാത്ത ഒരേർപ്പാടായിരുന്നു. അതു തുടർന്നുകൊണ്ട് പോകുവാനാവില്ലെന്ന് വിനായക് റാവുവിന് വളരെ വേഗം മനസ്സിലായി.

തന്റെ തലയ്ക്കു ചേരുന്നതും, ആരെയും പ്രകോപിപ്പിക്കാത്തതും എല്ലാവരെയും പ്രീണിപ്പിക്കുന്നതുമായ ഒരു തൊപ്പി തുന്നിയുണ്ടാക്കുവാനായി അയാളുടെ പിന്നത്തെ ശ്രമം. ആ ശ്രമത്തിൽ വിനായക് റാവുവിന് സമയബോധം നഷ്ടപ്പെട്ടു. രാപ്പകലുകൾ തിരിച്ചറിയാതെ അറുപതുവാൾട്ട് ബൾബിന്റെ വെളിച്ചത്തിൽ സൂചിയിൽ നൂൽ കോർത്ത് കോർത്ത് അയാളുടെ കണ്ണിന്റെ കാഴ്ചയ്ക്ക് മങ്ങലേറ്റു. നിരന്തരമായ അദ്ധ്വാനം സ്വതേ രോഗിയായ വിനായക് റാവുവിന്റെ ആരോഗ്യം ക്ഷയിപ്പിച്ചു. അതൊന്നും അയാൾ കാര്യമാക്കിയില്ല. എന്നാൽ താൻ അതീവ ശ്രദ്ധയോടും നിഷ്കർഷയോടുംകൂടി തുന്നിയുണ്ടാക്കുന്ന തൊപ്പികളൊന്നും തന്റെ തലയ്ക്കിണങ്ങുന്നില്ലെന്ന അറിവ് അയാളെ ഉദാസീനനും ഖിന്നനുമാക്കി. എങ്കിലും വിനായക് റാവു പരിശ്രമം ഉപേക്ഷിച്ചിട്ടില്ല. തുറന്നിരിക്കുന്ന ചെറിയ കടയും, തെളിഞ്ഞു കത്തുന്ന ബൾബുകളും അതിനു താഴെ കുനിഞ്ഞിരിക്കുന്ന മനുഷ്യനും അതിന്റെ സൂചനയാണ്.

ഇഴപൊട്ടിയ സ്വപ്നങ്ങൾ

പ്ലാറ്റ്ഫോമിൽ തിരക്കൊഴിയുന്നതുവരെ ജഗ്താപ് മേല്ക്കൂരയെ താങ്ങി നിർത്തുന്ന ഇരുമ്പ് തൂണിൽ ചാരിയിരുന്നു. തിരക്കൊഴിഞ്ഞിട്ട് വേണം ഏതെങ്കിലും ഒഴിഞ്ഞ ബെഞ്ച് കണ്ടുപിടിച്ച് ചുരുണ്ടുകൂടാൻ. എന്നാലും ഉറങ്ങാനാവില്ല. ബെഞ്ചിന്റെ ചെറിയ വിള്ളലുകളിൽ തന്റെ രക്തത്തിന്റെ രുചിയോർത്ത് മൂട്ടകൾ അക്ഷമരാകുന്നുണ്ടാവും. കഴിഞ്ഞ ഒരാഴ്ചയായി തന്റെ നീരുവറ്റിയ ശരീരത്തിൽ രാത്രിവിരുന്ന് ആഘോഷിക്കുന്നു.

ജഗ്താപിന് തന്റെ വസ്ത്രങ്ങളിൽനിന്ന് ദുർഗ്ഗന്ധം വമിക്കുന്നുണ്ടെന്ന് തോന്നി.

മകൾ വീട്ടിൽനിന്ന് അടിച്ചിറക്കിയതിനുശേഷം നനച്ചു കുളിച്ചിട്ടില്ല.

നാളെ കോടതിയിൽ ഈ വേഷത്തിൽ ചെന്നാൽ എല്ലാവരും മൂക്കു പൊത്തിപ്പിടിച്ച് അകന്നു മാറും. തന്റെ കേസ് ഫീസില്ലാതെ വാദിക്കാമെന്നേറ്റ അപ്പാ സാഹേബിന്റെ അടുക്കൽ പോകാതിരിക്കാനാവില്ലല്ലോ. ജഗ്താപിന് തന്റെ വസ്ത്രങ്ങളോ പണ്ട് രത്നഗിരിയിൽനിന്ന് കൊണ്ടുവന്ന ഇരുമ്പുപെട്ടിയോ എടുക്കാനുള്ള സാവകാശം പോലും കിട്ടിയില്ല. സ്വന്തം വീട്ടിൽ ഒരു നാൾ കൈയേറ്റക്കാരനാവുമെന്ന് ജഗ്താപ് ആലോചിട്ടില്ല. അവൾ പിടിച്ച് തള്ളിയപ്പോൾ കോണിപ്പടികളിൽക്കൂടി ഉരുണ്ട് വീണ് തല പൊട്ടി ചാവാതിരുന്നത് ബാബയുടെ അനുഗ്രഹം.

ഷിർഡിയിൽ പോയ കാലം മറന്നു. ആനന്ദിയുണ്ടായിരുന്നപ്പോൾ കൊല്ലത്തിൽ രണ്ടുമൂന്ന് തവണയെങ്കിലും ബാബയെ കാണാൻ പോകാമായിരുന്നു.

അതുപോലെ ആഷാഡ ഏകാദശിക്ക് പണ്ഡർപുരിയിൽ പോയി വിഠോബയെ ദർശിക്കുന്നതും ഒഴിവാക്കാൻ വയ്യാത്ത വ്രതമായിരുന്നു.

ഒരിക്കൽ പണ്ഡർപുർ ജാത്രയിൽ ചേർന്ന് സന്ത് തുക്കാറാമിന്റെ അഭംഗുകൾ പാടി പണ്ഡർപുർ ദർശനം നടത്തിയതും അതിനുശേഷം വീട്ടിൽ കുഞ്ഞിക്കാൽ പതിഞ്ഞതും ജഗ്താപ് വികാരതീവ്രതയോടെ ഓർത്തു. അതേ കുഞ്ഞിക്കാലുകൾ വളർന്ന് തനിക്കു നേരെ....

ജഗ്താപ് കണ്ണടച്ചു. മുന്നിൽ പതിയുന്ന പാദപതനങ്ങളോ ഇരമ്പിപ്പായുന്ന വണ്ടിയുടെ ഒച്ചയോ അയാൾ കേൾക്കുന്നില്ല. വണ്ടിച്ചക്രങ്ങൾ ജഗ്താപിന്റെ തലച്ചോറിലാണ് തിരിയുന്നത്. വണ്ടിയുടെ ചൂളംവിളി ചെവിക്കല്ലിളക്കുന്നു...

കാൽമുട്ടുകളിൽ തലയമർത്തി വളരെ നേരം ഇരുന്നപ്പോൾ പിൻകഴുത്തിൽ വേദന. ഇപ്പോൾ കൂടെക്കൂടെ വേദന ശല്യം ചെയ്യാറുണ്ട്. മുനിസിപ്പൽ ആശുപത്രിയിലെ ഡോക്ടർ കഴുത്തിൽ ബെൽട്ടിടാൻ ഉപദേശിച്ചു. തല്ക്കാലം അതിന് ചെലവ് ചെയ്യാനുള്ള കാശ് കൈയിലില്ല. പിന്നെ കഴുത്തിൽ ബെൽറ്റിട്ടു കഴിഞ്ഞാൽ താൻ ഒരു നായയായി രൂപാന്തരം പ്രാപിക്കുമെന്ന് ജഗ്താപ് ഭയപ്പെട്ടു.

ജഗ്താപിന്റെ മുന്നിലൂടെ അനേകം വണ്ടികൾ വരികയും പോവുകയും ചെയ്തു. ഓരോ വണ്ടിയിൽനിന്നും ആയിരക്കണക്കിനാളുകൾ പ്ലാറ്റ്ഫോമിലേക്ക് ഇറങ്ങി ചിന്നിച്ചിതറി. അവരൊക്കെ മനുഷ്യരല്ല. വെറും പുഴുക്കളാണെന്ന് ജഗ്താപ് ഓർത്തു. താനും ഒരു പുഴുമാത്രം. മമ്തയുടെ ചെരിപ്പിനടിയിൽ ഞെരിഞ്ഞുകൊണ്ടിരിക്കുന്ന ഒരു പുഴു. അവൾ തനിക്ക് ഭക്ഷണം തരാത്തതിലോ തന്നെ ശുശ്രൂഷിക്കാത്തതിലോ ജഗ്താപിന് പരാതിയില്ല.

താനും തന്റെ ആനന്ദിയും ഒരു മിൽ തൊഴിലാളിയുടെ ഇഴ പൊട്ടിയ സ്വപ്നങ്ങൾ ഏച്ചുകൂട്ടിക്കൊണ്ടിരുന്ന കാലം ഒരു ചുഴലിക്കാറ്റുപോലെ ജഗ്താപിന്റെ മനസ്സിൽ ചുഴറ്റിയടിച്ചു. അപ്പോൾ അയാളുടെ സർവ്വാംഗവും തളർന്നു. ഇനി ഇരിക്കാൻ വയ്യ. തൂണിന്റെ കീഴിൽ ഒരു പഴന്തുണിക്കെട്ടു പോലെ അയാൾ കിടന്നു. ഇനിയും അടച്ചുപൂട്ടാതെ പ്രവർത്തിക്കുന്ന ഏതോ ഒരു മില്ലിൽനിന്ന് സൈറൻ മുഴങ്ങി...

തെല്ലിട കഴിഞ്ഞപ്പോൾ റെയിൽവേ പൊലീസുകാരൻ ലാത്തി കൊണ്ട് കുത്തി.

“എഴുന്നേല്ക്കെടാ കിഴവാ”

ജഗ്താപ് നിലത്ത് കൈയൂന്നി എഴുന്നേറ്റിരുന്നു. അയാളുടെ നേരെ വിറയ്ക്കുന്ന കൈകൾ കൂമ്പി. മൊളിവീണ വിരലുകളും വിരലുകളുടെ തുമ്പിലെ കറുത്ത ചന്ദ്രക്കലകളും പൊലീസുകാരനിൽ അറപ്പുളവാക്കിയിരിക്കണം. അയാൾ മുഖം തിരിച്ചു.

“ഏമാനേ, ഇന്നൊരു ദിവസം ഇവടെ ചുരുണ്ട് കൂടാൻ എന്നെ അനുവദിക്കണം. നാളെ എനിക്കനുകൂലമായി കോടതിവിധിയുണ്ടാവും. എനിക്കെന്റെ ‘കോളി’ തിരിച്ചുകിട്ടും...”

കിഴവൻ വട്ടുകേസാണെന്ന് പൊലീസുകാരൻ വിചാരിച്ചിട്ടുണ്ടാവും.

"ജാഡയൊന്നും എന്റടുത്ത് വേണ്ട. ഞാൻ തിരിച്ചു വരുമ്പോൾ ഇവിടെ കണ്ടു പോവരുത്...."

അയാൾ ചുറ്റും സൂക്ഷ്മമായി നോക്കിക്കൊണ്ട് മുന്നോട്ടു നടന്നു.

നവംബർ 26 നുശേഷം പൊലീസുകാർ ഇങ്ങനെയാണ്. സ്റ്റേഷനിൽ അലഞ്ഞുതിരിയാൻ ആരെയും അനുവദിക്കില്ല. കിടപ്പാടമില്ലാത്തവ നൊക്കെ കേറി കിടക്കാനുള്ളതല്ല, റെയിൽവേ പ്ലാറ്റ്ഫോം. സംശയം തോന്നുന്നവനെയൊക്കെ തൂക്കിയെടുത്ത് അകത്താക്കാൻ അവർക്ക് അധി കാരമുണ്ട്. അവരെ കുറ്റം പറഞ്ഞിട്ട് കാര്യമില്ല. ജനജീവിതം സാധാരണ മായിരുന്ന സന്ധ്യയുടെ മുഖത്ത് തെറിച്ച് വീണത് നിരപരാധികളുടെ രക്തമായിരുന്നു. സ്വജീവനെ ബലിയർപ്പിച്ച ധീരസേനാനികളുടെ രക്ത മായിരുന്നു.

അന്ന് ജഗ്താപ് കൽബാദേവിയിൽ വടാപാവ് തിന്നുകൊണ്ട് നില്ക്കു മ്പോഴാണ്, കാമാ ആസ്പത്രിയിലേക്ക് അക്രമികൾ വെടിയുതിർത്തു കൊണ്ട് കയറിയത്. പിന്നെ മുമ്പും പിമ്പും നോക്കാതെ ഒരോട്ടമായി രുന്നു. സുതാർഗല്ലിയിൽ എത്തിയതിനുശേഷമാണ് ശ്വാസം നേരെ വീണത്... ഗിർണികാമ്ഗാർ കോപ്പറേറ്റീവ് സൊസൈറ്റിയിൽനിന്ന് കട മെടുത്തും കൈവായ്പകൾ വാങ്ങിയുമാണ് മുപ്പതുകൊല്ലം മുമ്പ് ഗിർവാ റിലെ സതാർഗലിയിലെ ചാലിൽ ആറായിരം രൂപ പഗ്ഡി കൊടുത്ത് മാസം മുപ്പത് രൂപ വാടകയുള്ള വീട് വാടകയ്ക്കെടുത്തത്. വീട് എന്നു പറയാൻ വയ്യ. ഒരു മുറി. കുളിയും പാത്രം കഴുകലും മുറിയിൽ തന്നെ യുള്ള മോറിയിൽ. എല്ലാ കുടുംബങ്ങൾക്കുംകൂടി രണ്ടായി തിരിച്ച കക്കൂസ്. പൊതുവായ വരാന്ത. വരാന്തയിലേക്ക് തുറക്കുന്ന ഒരു ജനലും വാതിലും. വാതിൽ അടയ്ക്കാറില്ല. പതിനേഴ് കുടുംബങ്ങൾ പരസ്പരം സ്നേഹിച്ചും കലഹിച്ചും സഹായിച്ചും അവിടെ കഴിഞ്ഞുകൂടി. മുറിയിൽ സത്യനാരായണ പൂജ നടത്തി താമസം തുടങ്ങുമ്പോൾ ആനന്ദി മമ്തയെ വയറ്റിൽ ചുമക്കുകയായിരുന്നു.

തന്റെ കുഞ്ഞ് കിടന്നുരുളുന്നതും മുട്ടുകുത്തി ഇഴയുന്നതും സ്വന്ത മെന്ന് പറയാവുന്ന ഒരു സ്ഥലത്ത് വേണമെന്ന മോഹമാണ് ജഗ്താപിനെ കടക്കാരനും കഠിനാദ്ധ്വാനിയുമാക്കിയത്. അവിടെനിന്ന് ഒരുദിവസം വെറും കൈയോടെ ഇറങ്ങി പോരേണ്ടി വരുമെന്ന് പേടിസ്വപ്നങ്ങളിൽ പോലും കണ്ടിരുന്നില്ല. വീട് തന്റെ പേരിലാണ് എന്നതിന് തെളിവായി രേഖകളെന്തെങ്കിലുമുണ്ടോ എന്നു വക്കീൽ ചോദിച്ചപ്പോൾ കൈ മലർത്തി. പഗ്ഡി കൊടുക്കുന്ന തുകയ്ക്ക് ആരും രശീതി നല്കാറില്ല. വാടകശീട്ടുകളും സൂക്ഷിച്ചുവെക്കുന്ന സ്വഭാവം ജഗ്താപിനുണ്ടായിരുന്നി ല്ല. ജഗ്താപ് മനസ്സിൽ സൂക്ഷിച്ചിരുന്നത് അല്പം സ്നേഹം മാത്രമായി രുന്നു. സ്വന്തം ശരീരത്തിന്റെ ഉടമസ്ഥാവകാശം സ്ഥാപിക്കേണ്ടി വരുമെന്ന് ആരെങ്കിലും കരുതുമോ? അതുപോലെ ഒരുദിവസം തന്റെ വീട് തന്റേ താണെന്ന് സ്ഥാപിക്കാൻ കോടതി കയറേണ്ടിവരുമെന്ന് ആരെങ്കിലും

ചിന്തിക്കുമോ. അതും ഒരേ ഒരു മകൾ മാത്രമുള്ള പിതാവ്. തന്റെ കാല ശേഷം അതവൾക്ക് തന്നെയുള്ളതല്ലേ?

തരം കിട്ടുമ്പോഴൊക്കെ ഡബിൾ ഡ്യൂട്ടി ചെയ്ത് ചോര നീരാക്കി. ജഗ്താപ് ഈ പരുവത്തിലായി. അത് കാണാനോ തനിക്ക് ഒരു ഗ്ലാസ് വെള്ളം ചൂടാക്കിത്തരാനോ ആനന്ദി ഇല്ലാതെ പോയത് ആരുടെ ശാപം കൊണ്ടാണ്. ദൈവം എന്തുകൊണ്ട് അവൾക്ക് മുമ്പേ തന്നെ വിളിച്ചില്ല. ആപത്തുകൾ ഇടിവെട്ട് പോലെയാണ് വന്നത്. മൂന്നു വയസ്സുള്ള, മുട്ടിലി ഴയുന്ന മകളെ തന്നെയേല്പിച്ച് ആനന്ദി വിഠോബയുടെ സവിധത്തിലേക്ക് പോയി. അവളുടെ വേർപാടും കുഞ്ഞിനെ വളർത്താനുള്ള പെടാപ്പാടും ഒട്ടേറെ സഹിച്ചു. അപ്പോഴാണ് നഗരത്തിലെ തുണിമില്ലുകൾ ഒന്നൊന്നായി അടച്ചുപൂട്ടുന്നത്. ജഗ്താപിന് ജോലി നഷ്ടപ്പെട്ടു. പിരിഞ്ഞുപോരുമ്പോൾ കിട്ടിയ കാശുകൊണ്ട് പൊട്ടിയ ഇഴകൾ കൂട്ടി പിരിക്കാനുള്ള വിഫലശ്ര മങ്ങൾ. ഒരിടത്തും എത്താതെ വന്നപ്പോൾ മംഗൾദാസ് മാർക്കറ്റിൽ തുണി ക്കെട്ടുകൾ ചുമക്കാൻ പോയി. അതിന്റെ ഓർമ്മയാണ് ഉറക്കം കെടുത്തുന്ന പിടലി വേദന. ഇപ്പോൾ ഹസാരി മേൽസേഠിന്റെ 'കിരാനാ ദൂരിൽ' മുളകും പരിപ്പും പലവ്യഞ്ജനങ്ങളും പൊതിഞ്ഞുകൊടുക്കുന്നു.

ആ വരുമാനംകൊണ്ട് രണ്ടു നേരത്തെ ദാൽറൊട്ടി മുട്ടി പോകുന്നു. മമ്തയ്ക്ക് അതൊന്നും പോരാ. അവൾക്ക് പൊട്ടു വേണം. കൺമഷി വേണം. പൗഡർ വേണം. മാസത്തിൽ രണ്ടു തവണ ബ്യൂട്ടിപാർലറിൽ പോകണം. അച്ഛനെക്കൊണ്ട് അതൊന്നും നടക്കില്ലെന്നറിഞ്ഞപ്പോൾ അവൾ അവളുടെ വഴി തേടി... അവൾക്ക് വഴിതെറ്റിയെന്ന് തനിക്കറിയാം. അവൾക്കറിയില്ലായിരിക്കാം. അല്ലെങ്കിൽ അറിഞ്ഞുകൊണ്ടുതന്നെ പോയ വഴിക്ക് തെളിക്കുകയാവാം. അവളെ പ്രതിക്കൂട്ടിൽ കയറ്റി വിസ്തരിക്കാൻ തനിക്കാവുമോ.

ഉത്തരമില്ലാത്ത ചോദ്യങ്ങൾ നിരവധിയാണ്. റെയിൽവേ സ്റ്റേഷനിലെ തിരക്കൊഴിയുന്നതുവരെ ചോദ്യങ്ങൾ നരിച്ചീറുകളെപ്പോലെ പറന്ന് വന്ന് മനസ്സിന്റെ ശാഖികളിൽ തല കീഴായി തൂങ്ങിയാടുന്നു. പന്ത്രണ്ടരയുടെ അന്ധേരി ലോക്കൽ വന്നപ്പോഴും ജഗ്താപ് നടു നിവർത്തിയിരുന്നില്ല. അയാളുടെ മനസ്സിൽ നരച്ചീറുകൾ ചിറകടിച്ചുകൊണ്ടേയിരുന്നു.

ബാറിലെ ജോലി കഴിഞ്ഞ് വണ്ടിയിൽ വന്നിറങ്ങിയ പെൺകുട്ടിക ളുടെ മുഖം കാണാതിരിക്കാൻ ജഗ്താപ് മറ്റെവിടേക്കോ നോക്കി. എന്നാൽ ഒളികണ്ണിട്ട് അവരുടെ കൂട്ടത്തിൽ മകളുണ്ടോ എന്ന് നോക്കാതിരിക്കാനും അയാൾക്കായില്ല.

ആനന്ദി മകളെ മടിയിൽ കിടത്തി അവളെ ഏതെല്ലാം ഉയരങ്ങളിൽ എത്തിക്കണമെന്ന് കിനാവുകൾ നെയ്തിരുന്നു. അവളെ ഒരു ഡോക്ടറോ എഞ്ചിനീയറോ ആക്കാൻ ഇരുവരും മോഹിച്ചില്ല. അവൾ ധനവാന്മാരുടെ വീടുകളിൽ അടിച്ചു തളിക്കാനും തുണി കഴുകാനുമുള്ളൊരു യന്ത്രമാക രുതേ എന്നു മാത്രമേ അവർ പ്രാർത്ഥിച്ചുള്ളു. ആ പ്രാർത്ഥന ഫലിച്ച തിന് ദൈവത്തിനോട് നന്ദി പറയാതിരിക്കാൻ വയ്യ. വണ്ടിയിറങ്ങിയ

പെൺകുട്ടികൾ അവരുടെ കൂട്ടുകാർക്കുവേണ്ടി തെല്ലിട കാത്തുനിന്നു. പെൺകുട്ടികൾ ചെറുപ്പക്കാരോടൊപ്പം ആടിക്കുഴഞ്ഞ് നടന്നുപോകുന്നത് കണ്ടപ്പോൾ ജഗ്താപിന്റെ രക്തം തിളച്ചു. അയാൾക്ക് അവരുടെ കഴുത്ത് ഞെക്കി കൊല്ലാനുള്ള ഉദ്വേഗമുണ്ടായി....

തനിക്കതിന് ആവില്ലെന്ന് അറിഞ്ഞ അയാൾ കൈകൾ കൂട്ടിത്തിരുമ്മി. ഉള്ളം കൈയിൽ ചുണ്ണാമ്പും പുകയിലയുമിട്ട് ചൂണ്ടുവിരൽകൊണ്ട് ശക്തിയായി കൂട്ടിത്തിരുമ്മി. അപ്പോൾ ദേഷ്യം ഒന്നാറി... മമ്തയെ സാമാന്യം ഭേദപ്പെട്ട പെഡ്നേക്കർ എന്ന ചെറുപ്പക്കാരന് യഥാവിധി കല്യാണം കഴിച്ചുകൊടുത്തതാണ്. അവൻ ഒരു ഫിലിം സ്റ്റുഡിയോയിൽ ലൈറ്റ് ബോയ് ആയിരുന്നു. കൃത്യനിഷ്ഠയുള്ളവനും കണിശക്കാരനുമായിരുന്നു. നിയന്ത്രണത്തിന്റെ ചരടുകളിൽ കുടുങ്ങിക്കിടക്കാൻ മമ്ത ഇഷ്ടപ്പെട്ടില്ല. അവൾ ആ കെട്ടുകൾ പൊട്ടിച്ച് പുറത്ത് കടന്നു. പിന്നെ അഴിഞ്ഞാട്ടമായിരുന്നു. ഇഷ്ടമുള്ളപ്പോൾ ഇഷ്ടമുള്ളവരുടെ കൂടെ. ക്ലബുകളിലും ബാറുകളിലും മമ്തയുടെ പേര് പ്രസിദ്ധമായി. അവൾക്കുവേണ്ടി വലിയ വലിയ കാറുകൾ ചാലിന് പുറത്ത് കാത്തുകിടന്നു.

ജഗ്താപിന് മനുഷ്യരുടെ മുഖത്ത് നോക്കാൻ വയ്യാതായി. അയാൾക്കു പാത്തും പതുങ്ങിയും വീട്ടിൽ കയറേണ്ടി വന്നു. അതിനെച്ചൊല്ലിയുണ്ടായ വഴക്കിൽ അവൾ ജഗ്താപിനോട് കടന്ന് പുറത്തുപോകാൻ പറഞ്ഞു.

വഴക്കു മൂത്ത് അവൾ തന്നെ ബലമായി പിടിച്ചുപുറത്താക്കി അകത്തുനിന്ന് സാക്ഷയിട്ടു.

അപ്പോൾ ജഗ്താപിന് കോപം അടക്കാനായില്ല. സ്റ്റേഷനറി കടയിൽനിന്ന് ഒരു പൂട്ടുവാങ്ങി അയാൾ മുറി പുറത്തുനിന്നും പൂട്ടി...

അവൾ ആരെക്കൊണ്ടെങ്കിലും ആ പൂട്ട് കുത്തിതുറന്നിരിക്കാം...

മുറിയുടെ ഉടമസ്ഥാവകാശത്തെ ചൊല്ലി അച്ഛനും മകളും കോടതിയിലെത്തിയിരിക്കയാണ്...

എന്തുകൊണ്ടാണ് ജഗ്താപിനെ വീട്ടിൽ നിന്നടിച്ചിറക്കിയത് എന്ന ചോദ്യത്തിനുത്തരമായി മകൾ മൊഴി കൊടുത്തു.

അച്ഛൻ ദിവസവും കുടിച്ച് ലക്കില്ലാതെ കയറിവരുന്നു. തന്നെ ബലാത്സംഗം ചെയ്യാൻ ശ്രമിച്ച ദിവസം സ്വരക്ഷയ്ക്കു വേണ്ടി പുറത്താക്കി വാതിലടച്ചു.

താൻ ഒക്കത്തും തോളിലും ഏറ്റി നടന്ന മകൾ അച്ഛന്റെ പേരിൽ ഹീനമായി കുറ്റം ചുമത്തിയപ്പോൾ ജഗ്താപ് തലതാഴ്ത്തി നിശ്ശബ്ദനായി നിന്നു. ഭൂതലം അതിവേഗത്തിൽ വട്ടത്തിൽ കറങ്ങി. ചുറ്റും അന്ധകാരം പരന്നു. പിന്നെ അയാളോടു ചോദിച്ച ചോദ്യങ്ങളൊന്നും ജഗ്താപ് കേട്ടില്ല. തന്റെ വക്കീൽ എതിർവിസ്താരം നടത്തിയതൊന്നും അയാളറിഞ്ഞില്ല. കോടതി പിരിഞ്ഞപ്പോൾ ജഗ്താപ് ഭ്രാന്തനെപ്പോലെ പുറത്തേക്കോടി. ആർക്കും അയാളെ തടുത്ത് നിർത്താനായില്ല. റെയിൽവേ സ്റ്റേഷനിൽ ചെന്ന് റെയിൽപ്പാളത്തിൽ തലവെച്ച് കിടന്നു.

പാർട്ടി അനിമൽ

അരുൺ മെഹ്റ ഒരു പാർട്ടി അനിമലാണ്. വെള്ളിയാഴ്ച ഉച്ച കഴിയുമ്പോഴേക്കും അയാളുടെ കാലുകളിൽ തരിപ്പ് കയറുന്നു. വിരലുകൾ മേശയിൽ താളം പിടിക്കുന്നു. 'ഫയർ ആന്റ് വാട്ടർ' ആണ് അരുണിന് ഏറ്റവും ഇഷ്ടപ്പെട്ട സങ്കേതം. കുറച്ച് അധികച്ചെലവ് വരുമെങ്കിലും അതൊരനുഭവമാണ്. ഒരിക്കലും ചെടിക്കാത്ത അനുഭവം. നഗരത്തിലെ ഫാഷൻ മോഡലുകളും അവരുടെ കൂട്ടാളികളും ഒത്തുചേർന്ന് ഡാൻസ് ഫ്ളോർ ചവിട്ടിപ്പൊളിക്കുന്ന വെള്ളിയാഴ്ചകൾ. ബിയർ പുഴകളിൽ കുളിക്കുന്ന ഗോപികമാരുടെ ആടകളപഹരിക്കുന്ന കള്ളകൃഷ്ണന്മാർ. ചിലപ്പോൾ അരുണിന്റെ വിരൽത്തുമ്പിലും വസ്ത്രാഞ്ചലങ്ങൾ ചുറ്റിപ്പിണയാറുണ്ട്. ചിലപ്പോൾ മാത്രം.

ശനിയാഴ്ച രാത്രിയെ പനിപ്പിക്കാൻ അരുൺ തേടുന്നത് മറ്റൊരിടം. 'ഫയർപാൻ' അഥവാ വറവു ചട്ടി. അവിടെ നിങ്ങൾക്ക് ഇഷ്ടമുള്ള കോഴിയെ ഇഷ്ടമുള്ള രീതിയിൽ പൊരിച്ചു തിന്നാം. താപ്പാനകളൊന്നും സാധാരണ ഗതിയിൽ അവിടെ എത്തിപ്പെടാറില്ല. വഴി തെറ്റിവന്നാൽ തന്നെ പനി മൂത്ത് ജ്വരമാവുന്നതുവരെ തങ്ങാറില്ല. അതിന് മുമ്പേ അവരുടെ പോക്കറ്റിൽ കിളി ചിലയ്ക്കുകയും എത്തേണ്ടയിടം കൃത്യമായി അറിയിക്കുകയും ചെയ്യും. മുകളിലേക്കുള്ള കോണിപ്പടികൾ ഇനിയും കണിശമായി അറിയാത്ത ചെറുകിടക്കാർക്ക് അരുൺ സഹായിയാണ്. വേണ്ട മാർഗ്ഗനിർദ്ദേശങ്ങൾ നല്കും. സഹായങ്ങൾ ചെയ്തുകൊടുക്കും. ഒഴിച്ചുകൂടാൻ പറ്റാത്തവരാണെങ്കിൽ ലക്ഷ്യസ്ഥാനങ്ങളിലേക്ക് അനുയാത്ര ചെയ്യും. പ്രതിഫലത്തിന്റെ നിരക്ക് ആളും തരവും അനുസരിച്ച് അരുൺ യുക്തംപോലെ മാറ്റിമറിക്കും.

എന്തായാലും അരുൺ ഇപ്പോൾ ചെറിയതെങ്കിലും മാന്യന്മാർ മാത്രം അധിവസിക്കുന്ന ഒരു സ്ഥലത്ത്, സ്വന്തം ഇടം കണ്ടെത്തിയിരിക്കുന്നു. ഇനി അരുണിന് വെച്ചടി വെച്ചടി കയറ്റമാണെന്ന് ജ്യോതിഷികളുടെ

സഹായമില്ലാതെതന്നെ പ്രവചിക്കാം. അരുണിനെ തേടിയെത്തുന്ന 'യപ്പി' കളുടെ നിരയിൽ നിങ്ങൾ കണ്ടുമുട്ടുന്നവർ താഴെ പറയുന്നവരിൽ ആരെങ്കിലുമായിരിക്കും. ഒന്ന്, മോഡലുകളാവാൻ നോയമ്പ് നോറ്റ്, ഹാൻഡ്ബാഗിൽ പോർട്ട് ഫോളിയോയും സൗന്ദര്യവർദ്ധക സാമഗ്രികളും കണ്ണുകളിൽ സ്വപ്നങ്ങളുടെ തിരയിളക്കവുമായി നടക്കുന്ന സൗന്ദര്യത്തിടമ്പുകൾ (ആണും പെണ്ണും). രണ്ട്, ഒരു ചിത്രപ്രദർശനം നടത്താൻ ആർട്ട് ഗ്യാലറികൾ കിട്ടാതെ ഉഴലുന്ന ചെറുപ്പക്കാർ. (ചെറുപ്പക്കാരികളും). മൂന്ന്, പത്രമാധ്യമങ്ങളിലോ, ടി വി സീരിയലുകളിലോ കടന്നു പറ്റുന്നതാണ് ജീവിത സൗഭാഗ്യം എന്ന് ഉറച്ച് വിശ്വസിച്ച് അതിന് എന്ത് വിലയും കൊടുക്കാൻ തയ്യാറായി നടക്കുന്നവർ. നാല്, മുടി നീട്ടി, താടി വളർത്തി, തോളിൽ സഞ്ചി തൂക്കി ബ്രഹ്ത്തിനെയും ഐനെസ്കോവിനെയും മുട്ടിന് മുട്ടിന് ഉദ്ധരിക്കുന്ന തിയറ്റർ ആക്ടിവിസ്റ്റുകൾ. അഞ്ച്, ഒരു ആക്ടിവിറ്റിയിലും നിലയുറപ്പിക്കാതെ ആക്ടിവിസ്റ്റ് എന്ന് മാത്രം അറിയപ്പെടാനാഗ്രഹിക്കുന്നവർ...

ഇനിയും നമ്പറുകളിടാം. എന്നാൽ ലേഖനങ്ങളിൽ സ്വന്തം അറിവില്ലായ്മയെ മൂടിവെക്കുന്ന ക്ലീഷേ ഉപയോഗിച്ച് പറഞ്ഞാൽ, വിസ്തരഭയത്താൽ നീട്ടുന്നില്ല.

അരുണിന്റെ പാർട്ടിയിൽ മേൽ പ്രസ്താവിച്ച വകുപ്പുകളിലെ സാമ്പിളുകളെ നിങ്ങൾ കണ്ടുമുട്ടുമെന്ന കാര്യത്തിൽ സംശയംവേണ്ട.

ദീവാളിക്ക് മുമ്പ്, ഒക്ടോബറിലെ ആദ്യ വെള്ളിയാഴ്ചയും ശനിയാഴ്ചയും തനിക്കുവേണ്ടി നീക്കിവെക്കാൻ അരുൺ സുഹൃത്തുക്കളോട് ആവശ്യപ്പെട്ട് കഴിഞ്ഞു. പാർട്ടി അനിമലായ അരുണിന്റെ പാർട്ടി ഏത് വിധമുള്ളതായിരിക്കും എന്നതിനെക്കുറിച്ച് അഭ്യൂഹങ്ങൾ നിരവധി. മദർ ഓഫ് പാർട്ടീസ് എന്ന് ചിലർ വിശേഷിപ്പിക്കുന്നു. അരുൺ വ്യാപരിക്കുന്ന രംഗങ്ങളിലെല്ലാം അതിനെക്കുറിച്ചുള്ള ചർച്ചകളാണ്. അയാൾ ഒരാഴ്ച ഓഫീസിൽനിന്ന് ലീവെടുത്ത് ഫ്ളാറ്റിലെ അവസാന മിനുക്കുപണികൾ നടത്തുകയും ക്ഷണിക്കേണ്ടവരുടെ ലിസ്റ്റ് പൂർണ്ണമാക്കുകയുമാണ്. അയാളുടെ സെൽഫോൺ അനവതരം ചിലച്ചുകൊണ്ടിരുന്നു.

വിരുതന്മാരായ അരുണിന്റെ ചില സുഹൃത്തുക്കൾ, അവരെ താൻ മറക്കുകയോ വിട്ടുകളയുകയോ ചെയ്തേക്കുമെന്ന് ഭയന്ന്, അയാളെ വിളിച്ച് ഈ വാരാന്ത്യത്തിൽ തങ്ങൾ ഫ്രീയാണെന്നും ഒരു കാരണവശാലും പാർട്ടി മിസ് ചെയ്യില്ലെന്നും ഉറപ്പുവരുത്തി. അവരുടെ ഉളുപ്പില്ലായ്മയിൽ ആദ്യം അയാൾക്ക് പുച്ഛം തോന്നിയെങ്കിലും പിന്നീട് ആലോചിച്ചപ്പോൾ ഔപചാരികമല്ലാത്ത അവരുടെ സമീപനത്തോട് ബഹുമാനം തോന്നുകയും ചെയ്തു.

വെള്ളിയാഴ്ച അഞ്ചുമണിയായപ്പോഴേക്കും ഗ്രാനൈറ്റ് പതിച്ച് പോളിഷ് ചെയ്ത കണ്ണാടിനിലത്ത് പ്രതിച്ഛായകൾ വീഴ്ത്തിക്കൊണ്ട് അതിഥികൾ എത്താൻ തുടങ്ങി. ഡിസൈനർ വസ്ത്രങ്ങളുടെ കിരുകിരുപ്പ് കന്യകാത്വം നഷ്ടപ്പെടാത്ത പുത്തൻ വീടിനെ ഇക്കിളിയാക്കി. ചുമരുകളിൽ നിന്ന് മദഗന്ധം കാറ്റിലലിഞ്ഞു. വാതിലിന്റെ പിറകിൽ സ്ഥാപിച്ചിരുന്ന ഷൂറാക്ക് നിറഞ്ഞ് കവിഞ്ഞപ്പോൾ ചെരിപ്പുകൾ പുറത്ത് കടന്ന് വരാന്തയിൽ വിശ്രമിച്ചു.

അരുണിന്റെ ലിവിങ് റൂം പൂച്ചെണ്ടുകളെക്കൊണ്ടും സമ്മാനപ്പൊതികൾകൊണ്ടും വീർപ്പ് മുട്ടി.

അരുൺ വന്നവരെ അഭിവാദ്യം ചെയ്തുകൊണ്ട് പറഞ്ഞു. നോ ഫോർമാലിറ്റീസ് പ്ലീസ്. ഹെൽപ്പ് യുവേഴ്സെൽഫ്.

വന്നവർ വന്നവർ അവരവർക്ക് വേണ്ട കുപ്പികൾ തുറന്ന് ഗ്ലാസുകൾ നിറച്ചു.

മേശപ്പുറത്ത് പ്രസിദ്ധമായ ഇന്ത്യൻ ബ്രാൻഡുകളും വിദേശിമുദ്രകളുമുണ്ടായിരുന്നു. ജോണി വാക്കർ (കറുത്ത ലേബലും ചുവന്ന ലേബലും), ഷിവാസ് റീഗൽ, നെപ്പോളിയൻ, സ്മിർനോഫ്, ആന്റിക്യൂറ്റി, ഓൾഡ്മോങ്ക്, ബക്കാർഡി, കിങ് ഫിഷർ... അരുൺ ഒന്നിനും കുറവ് വരുത്തിയില്ല. യു നെയിമിറ്റ് ആൻഡ് ടേയ്ക്ക് ഇറ്റ്.

അരുണിന്റെ ഒത്താശയിലും കഠിന പ്രയത്നംകൊണ്ടും സൂപ്പർ മോഡലായി മാറിയ നേഹ അടുത്ത കാലത്ത് അയാളുമായി അല്പം നീരസത്തിലായിരുന്നു. അരുൺ നേഹയെ പാർട്ടിക്ക് ക്ഷണിച്ചിട്ടുണ്ടോ ഇല്ലയോ എന്നത് അതിഥികൾക്കിടയിൽ ഒരു തർക്ക വിഷയമായി മാറിയിട്ടും അയാൾ ഇടപെടുകയോ വസ്തുത വെളിപ്പെടുത്തുകയോ ചെയ്തില്ല. അപ്പോൾ അവൾ വരുമെന്നും ഇല്ലെന്നും പറയുന്നവർ തമ്മിൽ വാതുവെപ്പുകളാരംഭിച്ചു.

നിമിഷങ്ങൾക്കകം അല്പവസ്ത്രയായി, അരഞ്ഞാണവും പൊക്കിൾക്കൊടിയിലെ മുത്തും മുലകൾക്കിടയിലെ ടാറ്റൂവും പ്രദർശിപ്പിച്ചുകൊണ്ട് നേഹ വന്നുകയറിയപ്പോൾ ഹർഷാരവങ്ങളുയർന്നു. അരുൺ അവളെ കെട്ടിപ്പിടിച്ച് ഉമ്മ വെച്ചുകൊണ്ട് എല്ലാവരും കേൾക്കാൻ വേണ്ടി ഉറക്കെ പ്രഖ്യാപിച്ചു. നേഹയാണ് എന്റെ പാർട്ടിയുടെ ജീവനും വെളിച്ചവും.

സീ ഡി പ്ലെയറിൽ മൈക്കൽ ജാക്സണും ബ്രിയൻ ആഡംസും എൽട്ടൺ ജോണും മഡോണയും സ്പൈസ് ഗേൾസും കയറിയിറങ്ങി. ഇന്ത്യൻ റാപ്പും ഗസലുകളും ഇടവേളകളെ ഹൃദ്യമാക്കി. അല്പം വൈകിയാണെങ്കിലും, യൂണിഫോമിൽ വന്നു ചേർന്ന അരുണിന്റെ സുഹൃത്ത്, ക്രൈം ബ്രാഞ്ച് എ എസ് പി മിസ്റ്റർ ഡി കെ യാദവ് പാർട്ടിക്ക് ശോഭയണയ്ക്കുകയും അച്ചടക്കത്തിന്റെ ഗാംഭീര്യം പകരുകയും ചെയ്തു.

ലിവിങ് റൂമിന്റെ മിനുസമായ ഉപരിതലത്തിൽ കാലടികളുടെ ദ്രുതചലനങ്ങൾ ആടിയുലഞ്ഞ് വിയർപ്പിൽ നനയുന്ന കോമളഗാത്രങ്ങൾ. ദിശാബോധമില്ലാതെ പാറിക്കളിക്കുന്ന മുടിയിഴകൾ.

പെട്ടെന്നാണ് പണി നടന്നുകൊണ്ടിരിക്കുന്ന തൊട്ടപ്പുറത്തെ കെട്ടിടത്തിൽനിന്നും ഒരു സ്ത്രീയുടെ ദീനവിലാപം അവരുടെ ഉന്മാദലഹരിയിലേക്ക് ഇഴഞ്ഞെത്തിയത്. അതുകേട്ട് ഒരു നിമിഷം പകച്ചുനിന്ന അതിഥികളിലാരോ ജനലിലൂടെ പുറത്തേക്ക് നോക്കി. അയാൾക്ക് കാര്യം മനസ്സിലായപ്പോൾ പാർട്ടിയുടെ ടെംപോ നശിപ്പിക്കാതിരിക്കാൻ വേണ്ടി അയാൾ നിസ്സാര മട്ടിൽ പറഞ്ഞു:

മാരോ ഗോളി: “ഹമേ ക്യാ ലേനാ ദേനാ ഹൈ?”

അവിടത്തെ പണിക്കാരാവും. വൈകുന്നേരം കുടിച്ച് വന്ന് പെണ്ണിനെ തല്ലുന്നതാണ് അവരുടെ ഹോബി. തല്ലുകൊണ്ട് തിണർത്ത ശരീരംതന്നെ അല്പസമയം കഴിഞ്ഞാൽ അവൾ അവന് കാഴ്ചവെക്കും. അവൻ പരി

ക്കുകളും മുറിപ്പാടുകളും നക്കിത്തോർത്തും. അങ്ങനെ അവർ രമ്യതയിലാവും. അയാൾ അത്തരം ബന്ധങ്ങോടുള്ള അവജ്ഞയും വെറുപ്പും കഴുകിക്കളയുവാൻ വേണ്ടി പുതിയ ഗ്ലാസ് നിറച്ച് മറ്റൊരിണയോടൊപ്പം നൃത്തം തുടങ്ങി.

എന്നാൽ അരുണിന്റെ നിയമപാലകനായ സുഹൃത്തിന് ഒരു ശരീരത്തിന്റെ ക്രമസമാധാന ലംഘനം നിഷ്ക്രിയനായി നോക്കി നില്ക്കാനായില്ല. പ്രത്യേകിച്ചും കുറ്റകൃത്യങ്ങളും അസ്വസ്ഥതകളും അക്രമങ്ങളും ദിനംപ്രതി വർദ്ധിച്ചുവരുന്ന ഈ കാലഘട്ടത്തിൽ.

അയാൾ അരുണിനോടും മറ്റുള്ളവരോടും ക്ഷമ ചോദിച്ചുകൊണ്ട് പുറത്തേക്കിറങ്ങി. അരുൺ അയാളെ തടയാൻ ആവുന്നതും ശ്രമിച്ചു നോക്കി. ആയുധങ്ങളും സന്നാഹവുമില്ലാതെ ഇപ്പോൾ അവിടെ പോകുന്നത് ശരിയല്ല എന്ന് പറഞ്ഞതൊന്നും അയാൾ വകവെച്ചില്ല. അടുത്ത പ്രമോഷനിൽ കണ്ണുവെച്ചുകൊണ്ട് അയാൾ സ്വന്തം തീരുമാനത്തിൽ ഉറച്ചുനിന്നു.

പാർട്ടി അതിന്റെ സ്വാഭാവികമായ ആരോഹണാവരോഹണങ്ങളോടെ പുരോഗമിച്ചു. പുറത്ത് നടക്കുന്ന ഒരു സംഭവത്തിനും പാർട്ടിയുടെ സ്പിരിറ്റ് കെടുത്താനാവില്ല.

വളരെ നേരത്തിന് ശേഷം പരവശനും പരിഭ്രാന്തനുമായി മിസ്റ്റർ യാദവ് തിരിച്ചുവന്നു. അയാളുടെ യൂണിഫോം വിയർപ്പിൽ കുതിർന്നിരുന്നു. ശക്തിയായ ഒരു മൽപ്പിടിത്തത്തിന്റെ അടയാളങ്ങളും ക്ഷീണവും അയാൾ പ്രകടിപ്പിച്ചു. അയാൾ ഒരു ഗ്ലാസ് വെള്ളം കുടിച്ച് ദാഹം തീർക്കുന്നതിന് മുമ്പ് ഒരു ഭീകരൻ നിർഭയനായി അകത്ത് കടന്ന് യാദവിന്റെ കോളറിൽ കുത്തിപ്പിടിച്ചുകൊണ്ട് പറഞ്ഞു:

“സൂപ്രണ്ട് സാബ്, നിങ്ങൾക്ക് നാളെയും ഈ യൂണിഫോമിട്ട് ജോലിക്ക് പോകണമെന്നുണ്ടെങ്കിൽ എന്റെ പിള്ളേരെ വെറുതെ വിടുക. അല്ലെങ്കിൽ നാളെ രാത്രി നിങ്ങളുടെ കൊച്ചുമകളോ ഭാര്യയോ ആവാം അവരുടെ കൂടെ.”

അയാൾ ഉടുപ്പിലെ പിടിവിട്ട് ഇറങ്ങിപ്പോകുന്നത് നോക്കി എല്ലാവരും നില്ക്കുമ്പോൾ യാദവ് അടിമുടി വിറയ്ക്കുകയായിരുന്നു.

അയാൾ പോക്കറ്റിൽനിന്ന് ഫോണെടുത്ത് ഭാര്യയോട് തിടുക്കത്തിൽ പറഞ്ഞു. “നീ സൂക്ഷിക്കണം. ആര് വന്ന് കതകിൽ മുട്ടിയാലും വാതിൽ തുറക്കണ്ട. ഞാനല്പം താമസിച്ചേക്കാം.” അത്രയും സംസാരിക്കുമ്പോഴേക്കും അയാളുടെ തൊണ്ടയിലെ ഉമിനീർ വറ്റിയിരുന്നു. അരുൺ അയാൾക്ക് വേണ്ടി ഒരു മഗ്ഗ് നിറച്ചു.

തെല്ലിട കഴിഞ്ഞ് അയാൾ ശാന്തനായപ്പോൾ അരുണിനോട് പറഞ്ഞു. “ആ ജനൽ അടച്ചേക്കൂ.”

അരുൺ ജനലടയ്ക്കുമ്പോഴും അടുത്ത കെട്ടിടത്തിൽനിന്ന് നേർത്ത ശബ്ദത്തിൽ സ്ത്രീരോദനം കേട്ടിരുന്നു.

ഇരയുടെ മേൽ ചാടി വീഴാൻ ഊഴം കാത്ത് നില്ക്കുന്ന ചെന്നായ്ക്കളെ അരുൺ അരണ്ട വെളിച്ചത്തിൽ ഒരു നോക്കു കണ്ടു.

അരുണിന്റെ അതിഥികൾ സീലു പൊട്ടിക്കാത്ത ഒരു പുതിയ കുപ്പിയെടുത്ത് ആഘോഷത്തിന്റെ രണ്ടാംഘട്ടം ആരംഭിച്ചു.

ജഠരാഗ്നി

മണ്ണ് തിന്നുന്ന തമ്പുരാനെക്കുറിച്ച് ആരാണ് പറഞ്ഞതെന്ന് ഓർമ്മയില്ല. പക്ഷേ, തമ്പുരാന്റെ കോവിലകം പരമേശ്വരന്റെ നാടിനടുത്ത് തന്നെയാണുള്ളതെന്ന് കണ്ടുപിടിക്കാൻ ഭൂപടത്തിന്റെ സഹായം വേണ്ടി വന്നില്ല. കോൾപ്പാടത്തിന്റെ മറുകരയിൽ ഇരുൾ പുതച്ച് നില്ക്കുന്ന കോവിലകത്തിനുള്ളിൽ മനുഷ്യജീവികളാണോ ഹിംസ്രജന്തുക്കളാണോ താമസമെന്ന് ആർക്കും കൃത്യമായി അറിയില്ല. കോവിലകത്തിനു ചുറ്റി പറ്റി ഭാവനാ വിലാസമുള്ളവർ മെനഞ്ഞെടുത്ത പല കഥകളും പ്രചാര ത്തിലുണ്ട്. എന്നാൽ ആ കഥകളിലെ നേരും നുണയും വേർതിരിക്കുന്ന രേഖകൾ നിർണ്ണയിക്കപ്പെട്ടിട്ടില്ല. നാട്ടുകാർ അവിടെ പോകുന്നതോ വരു ന്നതോ സാധാരണ കാണാറില്ല. കുട്ടികൾ നട്ടുച്ചയ്ക്കും സന്ധ്യക്കും അതിലേ വഴി നടക്കാറില്ല. അനേകം ക്രൂരകൃത്യങ്ങൾക്ക് മൂകസാക്ഷി യായി നിന്ന കോവിലകത്തിന്റെ ഇന്നത്തെ സ്ഥിതിയെന്താണെന്ന് വ്യക്ത മായി ആർക്കും പറയാനാവില്ല. മിക്കവാറും ഇടിഞ്ഞുപൊളിഞ്ഞ നാലു കെട്ടും നടുമുറ്റവും ഏതു സമയവും തറപറ്റാമെന്ന് തലമൂത്തവർ പറ യുന്നു. ഇതിനകം തറപറ്റിയിട്ടുണ്ടോ എന്ന് നിശ്ചയമില്ല. ഇപ്പോൾ അവിടെ ആൾപ്പാർപ്പുണ്ടെന്നതിന് തെളിവ് വന്യമൃഗത്തിന്റെ അലർച്ചപോലെ വല്ല പ്പോഴും കേൾക്കുന്ന തുമ്മലും ചുമയുമാണ്. അത് അവിടെ അവശേഷി ക്കുന്ന ഏകമനുഷ്യജീവിയായ തമ്പുരാന്റെയാണെന്ന് അനുഭവസ്ഥർ സാക്ഷ്യപ്പെടുത്തുന്നു. അടിച്ചുതളിക്കാരി മാധവി, പാല്ക്കാരൻ ഗോവി ന്ദൻനായർ, തെങ്ങുകയറ്റക്കാരൻ വേലപ്പൻ തുടങ്ങി രണ്ടുമൂന്നാളുകൾ കാലാകാലങ്ങളായി കോവിലകത്തെ ആശ്രിതർ. തലമുറകൾ ജനിച്ച തിനും മൺമറഞ്ഞതിനും സാക്ഷ്യം വഹിച്ചവർ. പിന്നെ തമ്പുരാന്റെ ജോത്സ്യത്തിലും പ്രവചനത്തിലും വൈദ്യത്തിലും അചഞ്ചല വിശ്വാസ

മുള്ള ചില പഴമക്കാർ. അവർ പറഞ്ഞറിഞ്ഞ് അകലങ്ങളിൽനിന്ന് വരുന്ന അപൂർവ്വം സന്ദർശകർ. കാലത്ത് എഴുന്നേറ്റാൽ ഒരുപിടി മണ്ണ് വാരിത്തിന്ന് ചമ്രം പടിഞ്ഞ് ധ്യാനത്തിലിരിക്കുന്ന തമ്പുരാൻ സന്ദർശകർ ആരെങ്കിലു മുണ്ടെങ്കിൽ അവരുടെ ഭാഗ്യദോഷങ്ങൾ പറയുന്നു. ദശാസന്ധികൾ നിർണ്ണയിക്കുന്നു. ദുരിത പർവ്വങ്ങൾ വ്യാഖ്യാനിക്കുന്നു. ചിലതിനൊക്കെ നിവാരണമാർഗ്ഗങ്ങളും നിർദ്ദേശിക്കുന്നു.

സന്ദർശകൻ പടി കടക്കുമ്പോൾതന്നെ അയാളെക്കുറിച്ചുള്ള സകല വിവരങ്ങളും തമ്പുരാന്റെ മനസ്സിൽ തെളിയുന്നു. പ്രതിവിധിയില്ലാത്ത പ്രശ്നങ്ങളാണെങ്കിൽ തമ്പുരാൻ പറയും.

“ഇങ്ങട് വരണ്ട. വിധിയെ തിരുത്താൻ എനിക്കാവില്ല. സ്വയം അനു ഭവിച്ച് തീർത്തോളൂ.” പടി കടക്കുന്നതിനുമുമ്പ് തന്നെ അയാളെ തിരിച്ച യക്കുന്നു.

മറ്റു ചിലരോട്, “പരീക്ഷിച്ച് നോക്കാം” എന്ന അയഞ്ഞ മറുപടി.

സന്ദർശകർ ആരുമില്ലാത്ത ദിവസങ്ങളിൽ തമ്പുരാൻ ധ്യാനത്തിലും മന്ത്രതന്ത്രങ്ങളിലും ആമഗ്നനാവുന്നു. ചിലപ്പോൾ മദ്ധ്യാഹ്നം വരെ. ചില പ്പോൾ സന്ധ്യവരെ. ഭക്ഷണം വല്ലതും സ്വയം പാകം ചെയ്ത് കഴിക്കു ന്നുണ്ടാവും. അല്ലെങ്കിൽ മുനിമാരെപ്പോലെ മണ്ണും വെള്ളവും വായുവും ഭക്ഷിച്ച് ജീവൻ നിലനിർത്തുകയാവാം. കൃത്യമായ വിവരങ്ങൾ ലഭ്യമല്ല. തമ്പുരാനെക്കുറിച്ചുള്ള ഐതിഹ്യങ്ങൾ കേട്ടതുമുതൽ അദ്ദേഹത്തെ പോയി കാണണമെന്ന് പരമേശ്വരന് മോഹം. പരമേശ്വരന്റെ ബിസിനസ് ആകെ മോശമാകാൻ തുടങ്ങിയിരിക്കുന്നു. ഇനി എന്ത് ചെയ്താലാണ് ഗുണം പിടിക്കുക എന്നുള്ളതിന് തമ്പുരാൻ മാർഗ്ഗനിർദ്ദേശം ചെയ്താൽ ആ വഴിയിലൂടെ നടക്കാമെന്ന് പരമേശ്വരൻ കരുതുന്നു. എന്നാൽ തമ്പു രാനെ കാണാനാവുമോ അദ്ദേഹം എന്തെങ്കിലും ഉപദേശം നല്കുമോ എന്നൊന്നും പരമേശ്വരനറിയില്ല. അനിശ്ചിതത്വങ്ങളുടെ നടുവിലാണ് പരമേശ്വരൻ. നാട്ടിൽനിന്നുള്ള മലയാള പടങ്ങൾ മുംബൈയിലെ തിയേ റ്ററുകളിൽ പ്രദർശിപ്പിക്കുന്നത് പരമേശ്വരനായിരുന്നു. ചിത്രത്തിന്റെ പ്രധാന ഡിസ്ട്രിബ്യൂട്ടറിൽനിന്നും പടം കൊണ്ടുവന്നാണ് ഞായറാഴ്ച കളിൽ മോണിങ്ഷോ നടത്തുന്നത്. ആദ്യകാലങ്ങളിൽ, ടി വി ചാനലു കൾ ജനിക്കുന്നതിനുമുമ്പ്, മലയാളികൾ ഞായറാഴ്ച കാലത്ത് കുളിച്ച് കുറിയിട്ട് ക്ഷേത്ര ദർശനത്തിനെന്നതുപോലെ തിയേറ്ററുകളിലേക്ക് ഇര ച്ചുകയറിയിരുന്നു. നഗരത്തിൽ രണ്ടു മൂന്നിടങ്ങളിലായി ഓരോ പ്രദർശനം മാത്രമേ പതിവുള്ളൂ. 1965 ൽ *ചെമ്മീൻ* ലിബർട്ടി തിയേറ്ററിലാണ് റിലീസ് ചെയ്തത്. കാലത്തുതന്നെ ട്രെയിൻ പിടിച്ച് വി ടി സ്റ്റേഷനിലിറങ്ങി ടാക്സി പിടിച്ച്... പരമേശ്വരൻ എല്ലാം വ്യക്തമായി ഓർക്കുന്നു. ഓർക്കാൻ കാരണമുണ്ട്. നിത്യവും ട്രെയിൻ യാത്ര പതിവില്ലാത്തതുകൊണ്ട്, പര മേശ്വരൻ പാസെടുത്തിരുന്നില്ല. ശെൽവ നായകത്തിന്റെ പാസും കൊണ്ടാണ് പോയത്. വണ്ടിയിറങ്ങിയപ്പോൾതന്നെ കള്ളത്തരം കാണി

ക്കുന്നതിന്റെ ഭയം മുഖത്ത് തെളിഞ്ഞിരിക്കണം. പരമേശ്വരനെ ടി ടി ആർ പിടിച്ചു. പാസു കാണിച്ചപ്പോൾ ഒപ്പിടാൻ പറഞ്ഞു.

പരമേശ്വരന് ശെൽവനാകമാവാൻ പറ്റിയില്ല. ഇരുനൂറ് രൂപയോ മറ്റോ പിഴയൊടുക്കി തിയേറ്ററിലെത്തുമ്പോഴേക്കും പടം തുടങ്ങിയിരുന്നു. വാസ്തവത്തിൽ *ചെമ്മീൻ* മുഴുവനായി കാണുന്നതിനുവേണ്ടിയാണ് ഒരു സൈഡ് ബിസിനസ് എന്ന നിലയിൽ പരമേശ്വരൻ മലയാള പടങ്ങളുടെ ഡിസ്ട്രിബ്യൂഷൻ ഏറ്റെടുത്തത്. അന്ന് പിഴയൊടുക്കിയ ഇരുനൂറു രൂപയുടെ നഷ്ടം നികത്തുന്നതിനും. പിന്നീട് നഗരത്തിൽ വലിയ വലിയ മാളുകൾ ഉയർന്നു. മാളുകളിൽ മൾട്ടിപ്ലെക്സുകൾ വന്നു. ഭാഷാ ചിത്രങ്ങൾ ദിവസങ്ങളോളം പ്രദർശിപ്പിച്ചുതുടങ്ങി. അതോടെ ഞായറാഴ്ച കാലത്തെ സിനിമാ പ്രദർശനവും മലയാളികളുടെ ഒത്തുചേരലും വിശേഷങ്ങൾ കൈമാറലും കഥയായി. പത്തോ പന്ത്രണ്ടോ മലയാളം ചാനലുകളിൽ ദിവസത്തിൽ മൂന്നും നാലും ചിത്രങ്ങൾ. കാസറ്റ് കടകളിൽ പപ്പടം പോലെ വാങ്ങാവുന്ന സി ഡികൾ. പിന്നെ ഒരു മുടക്കുദിവസം കിട്ടുമ്പോൾ കാലത്ത് കിടന്നുറങ്ങാതെ സിനിമ കാണാൻ ആരു പോകും? മലയാളിയുടെ ചലച്ചിത്ര സംസ്കാരവും കൂട്ടായ്മയും പരിണാമവിധേയമായത് പരമേശ്വരന് വിനയായി.

നാട്ടിൽ മലയാള സിനിമയിലെ പ്രതിസന്ധികൾ കൂടിയായപ്പോൾ പരമേശ്വരന് മറ്റെന്തെങ്കിലും ചെയ്തേ പറ്റൂ എന്നായി.

ടൂറിസ്റ്റ് കാറിലിരുന്ന് നാടിന്റെ മാറുന്ന മുഖച്ഛായകൾ നോക്കിയിരിക്കുമ്പോൾ ഇരുവശത്തും ഉയർന്നുവന്നിട്ടുള്ള രമ്യഹർമ്മ്യങ്ങളോ സാരിയുടെയും സ്വർണ്ണാഭരണങ്ങളുടെയും കണ്ണഞ്ചിക്കുന്ന നിറവും സ്വർണ്ണത്തിളക്കവും ചോർന്നുപോകാത്ത ഫ്ളക്സ് ബോർഡുകളോ പരമേശ്വരനെ ആകർഷിച്ചില്ല. അയാൾ നാല് പതിറ്റാണ്ടുകൾക്ക് മുമ്പ് ഉപേക്ഷിച്ചുപോയ നാട്ടിൻപുറം എവിടെയാണ് നഷ്ടപ്പെട്ടതെന്ന് ചുറ്റുപാടും തിരയുകയായിരുന്നു. അന്ന് പരമേശ്വരൻ കോവലികത്തെക്കുറിച്ച് കേട്ടിരുന്നില്ല. തമ്പുരാൻ ഒരുപക്ഷേ, മണ്ണ് തിന്നാൻ തുടങ്ങിയിട്ടുണ്ടാവില്ല.

“ഇവിടെയല്ലേ തിരിയേണ്ടത് സർ?”

ഡ്രൈവർ ചോദിച്ചപ്പോൾ പരമേശ്വരൻ ആകെ പകച്ചു. അയാൾ ഒരു വിഡ്ഢിയെപ്പോലെ ഡ്രൈവറുടെ മുഖത്ത് നോക്കി.

“ഇതുതന്നെയാണോ കോവിലകത്തേക്കുള്ള വഴി?”

നാടു തന്നെ മറന്നവർ എങ്ങനെ നാട്ടിലേക്കുള്ള വഴിയോർമ്മിക്കും എന്ന് പരമേശ്വരൻ സ്വയം കുറ്റപ്പെടുത്തി.

“ഒന്ന് നിർത്തൂ.” അയാൾ ഡ്രൈവറോട് പറഞ്ഞു.

വെള്ളച്ചായമടിച്ച അമ്പാസിഡർ കാറിൽനിന്ന് പുറത്തേക്കിറങ്ങി പരമേശ്വരൻ ചുറ്റും നോക്കി.

നാലുഭാഗത്തുനിന്ന് നിരവധി നോട്ടങ്ങൾ കത്തിമുനകൾപോലെ തന്നിൽ വന്ന് തറയ്ക്കുന്നത് പരമേശ്വരന് അനുഭവപ്പെട്ടു. അവയിൽ പകയും വിദ്വേഷവും ആയിരുന്നില്ല. എന്നാൽ ആ നോട്ടങ്ങളിൽനിന്ന്

സംശയവും അപരിചിതത്വവും കവിഞ്ഞൊഴുകുന്നത് പരമേശ്വരന് മനസ്സിലായി.

പരമേശ്വരന് ഇപ്പോൾ തോന്നുന്ന അപരിചിതത്വവും അന്തമില്ലായ്മയും നാല്പത് കൊല്ലം മുമ്പ് നാട്ടിൽ ആദ്യമായി വരുന്നവർക്ക് തോന്നിയിരിക്കണം. രണ്ടും രണ്ടു കാരണങ്ങൾ കൊണ്ടായിരുന്നുവെന്നു മാത്രം. ഇന്ന് പരമേശ്വരൻ ഇരിങ്ങാലക്കുടയിൽ ബസിറങ്ങി ടൂറിസ്റ്റ് ടാക്സിയിൽ കയറിയിരുന്ന് ഗമയിൽ പറഞ്ഞു, പുല്ലൂർ.

"അണ്ടിക്കമ്പനിയുള്ള സ്ഥലമല്ലേ?"

"അതറിയില്ല. എനിക്ക് മണ്ണു തിന്നുന്ന തമ്പുരാനെയാണ് കാണേണ്ടത്."

"ആ പ്രാന്തനെ കാണാനാണോ സാറ് കാശ് ചെലവാക്കി ഇത്രേം ദൂരം വന്നത്?"

അയാളുടെ ശബ്ദത്തിൽ അവിശ്വസനീയമായ അത്ഭുതം.

"അതും ഒരു പ്രാന്താണെന്ന് കൂട്ടിക്ക്വാളോ."

ഡ്രൈവർ പരമേശ്വരനെ തിരിഞ്ഞുനോക്കി.

ഇയാൾ മണ്ണുതിന്നുന്ന തമ്പ്രാനേക്കാളും വല്ല്യേ പ്രാന്തനാണോ എന്ന് നോക്കി ഉറപ്പ് വരുത്തുകയാവാം.

പരമേശ്വരൻ തെല്ലിട മൗനിയായി.

ആദ്യമായി വീട്ടിൽ വരുന്ന കൂട്ടുകാർക്ക് വഴി പറഞ്ഞുകൊടുക്കുന്നത് എന്നും ദുഷ്കരമായിരുന്നു.

കൃത്യമായി പറഞ്ഞുകൊടുക്കാൻ ഒരടയാളമുണ്ടായിരുന്നില്ല. ഒരു ബസ് സ്റ്റോപ്പുപോലും ഉണ്ടായിരുന്നില്ല. കല്ലേറ്റുംകര സ്റ്റേഷൻ കഴിഞ്ഞ് പന്തല്ലൂക്കാരൻ ഇട്ട്യേരയുടെ അറക്കക്കമ്പനിയും കഴിഞ്ഞ് വരുന്ന കയറ്റം കേറി വലത്തോട്ട് തിരിയുന്ന വഴി... കേൾക്കുന്ന ആൾ മിക്കവാറും യാത്ര വേണ്ടെന്നുവച്ചിരിക്കും. ഇരിങ്ങാലക്കുടവഴി വരുന്ന ആളാണെങ്കിൽ നിർദ്ദേശങ്ങൾ വേറെയാണ്. കടുപ്പശ്ശേരി പഞ്ചായത്ത് കോടതിയും വില്ലേജാപ്പീസും കഴിഞ്ഞാൽ ജീവിതംപോലെ ഒരു കയറ്റവും ഒരിറക്കവും. പിന്നെ കാണുന്ന വളവുകഴിഞ്ഞ് ഇടത്തോട്ടുള്ള വഴി...

"അങ്ങനെയാണേൽ ബസിന്റെ കമ്പിയിൽ തൂങ്ങിനിന്ന് വഴി തിരിച്ചറ്യേണല്ലോ പരമേശ്വരാ?"

അന്തിക്കാട്ടുകാരനായ സഹദേവൻ ചോദിച്ചു.

അന്ന് ടെലഫോണും മറ്റും ഇല്ലാതിരുന്നതുകൊണ്ട് വിശേഷങ്ങളൊന്നും വിടാതെ വീട്ടിലെത്തിക്കാനും അവിടുന്ന് വിവരങ്ങൾ വീണുപോകാതെ തിരിച്ചു കൊണ്ടുവരാനും നാട്ടിൽ പോകുന്ന സുഹൃത്തുക്കളെ സന്ദേശവാഹകരാക്കുന്നത് ഒരു പൊതുപരിപാടിയായിരുന്നു. ആരും അതിന് എതിരു പറയാറില്ല. സുഹൃത്തുക്കൾ ചിലപ്പോൾ നല്ല വിശേഷങ്ങളും ഇടയ്ക്ക് ചീത്ത വാർത്തകളും കൊണ്ടുവരുന്നത് സ്വാഭാവികം. പരമേശ്വരന്റെ മുറപ്പെണ്ണായ കല്യാണിക്കുട്ടിയെ ഏതോ ഒരു മറുനാടൻ കല്യാണം കഴിക്കുന്നു എന്നുള്ള വാർത്ത പരമേശ്വരനെ വല്ലാതെ ഉലച്ചു.

അവനെ സ്വന്തം മുറിയിൽ ഒറ്റയ്ക്കാക്കി പുറത്തുപോകാൻ ഞങ്ങൾ ഭയപ്പെട്ടു.

അതുപോലെ കൃഷ്ണൻകുട്ടിയുടെ അമ്മയ്ക്ക് ദെണ്ണം കലശലാണെന്ന വാർത്ത കൊണ്ടുവന്നത് സുധാകരൻ നാട്ടിൽ പോയി വന്നപ്പോഴാണ്. ഞങ്ങളെല്ലാവരുംകൂടി കൈയിലുള്ള കാശൊക്കെ സ്വരൂപിച്ച് അവനെ വണ്ടി കയറ്റിയതുകൊണ്ട് അവന് അമ്മയുടെ വായിൽ ഗംഗാജലം വീഴ്ത്താനായി.

ഡ്രൈവർ സംശയിച്ച് വണ്ടി റോഡിന്റെ ഒരു വശത്തേക്ക് മാറ്റി നിർത്തുമ്പോൾ പരമേശ്വരൻ ചോദിച്ചു.

"ഊം എന്തുപറ്റീ?"

"ആ കാറിന് സൈഡ് കൊടുത്തതാ."

"എന്താ മന്ത്രീടെയോ മറ്റോ കാറാണോ?"

അപ്പോഴേക്കും പൊടിപറത്തിക്കൊണ്ട് ഹീറോ ഹോണ്ട കാർ 80 - 100 വേഗത്തിൽ കടന്നുപോയി. കാറിന്റെ പിൻസീറ്റിൽ കറുത്ത കണ്ണട വെച്ച് അലക്ഷ്യഭാവത്തിൽ സിഗരറ്റ് വലിച്ചുകൊണ്ടിരുന്ന ആളെ പരമേശ്വരൻ ഒരു മിന്നായംപോലെ കണ്ടു. ഡ്രൈവർ ആശ്ചര്യവും ഭവ്യതയും കലർന്ന ശബ്ദത്തിൽ പറഞ്ഞു.

"മണ്ണു മൊതലാളീ..."

അങ്ങനെയൊരു മൊതലാളിയെപ്പറ്റി പരമേശ്വരൻ ആദ്യമായി കേൾക്കുകയായിരുന്നു. മണ്ണുതിന്നുന്ന തമ്പുരാനെ അന്വേഷിച്ചു വരുന്ന തന്റെ മുമ്പിൽ ഒരു മണ്ണു മൊതലാളി വന്നുപെട്ടത് യാദൃച്ഛികതയാവാം. കൊപ്രാമൊതലാളി, ബീഡിക്കമ്പനി മൊതലാളി, ഞാളിയത്ത് മൊതലാളി, തീപ്പെട്ടിക്കമ്പനി മൊതലാളി മുതലായി ചെലരെയൊക്കെ പരമേശ്വരൻ കേട്ടിരുന്നെങ്കിലും ഈ പുതിയ അവതാരത്തെപ്പറ്റി ആദ്യമായിട്ടാണ്....

"ആരാഡോ ഈ മണ്ണുമൊതലാളി?" പരമേശ്വരൻ ഡ്രൈവറോട് ചോദിച്ചു.

"ങ്ഹാ സാറിനറീല്ല്യേ?" അയാൾ പരമേശ്വരന്റെ അജ്ഞതയിൽ അത്ഭുതംകൊണ്ടു.

"മുന്ത്യേ പുള്ള്യാണ്. മണ്ണിന്റെ ബിസിനസാ. ഒരു ലോറി മണ്ണിന് നാലായിരം മുതൽ മേല്പോട്ട് ആവശ്യക്കാരന്റെ ഡിമാന്റ് അനുസരിച്ച് എന്തു വെലേം ഈടാക്കും."

"മണ്ണ് എവ്ട്ന്നാ കൊണ്ടുവരണേ?"

"അതൊക്കെ പാവങ്ങളെ പറഞ്ഞുപറ്റിച്ച് കബൂലാക്കും. കുന്നുംപൊറത്ത്ന്ന് മണ്ണ് മാറ്റ്യാ തെങ്ങും വാഴേം തഴച്ചുവളരുംന്ന് മൊതലാളീടെ കൃഷിപാഠം. വെള്ളക്കെട്ട് ഇല്ല്യാത്ത സ്ഥലത്ത്ന്ന് മണ്ണ് എടുത്ത് റബ്ബറ് വെച്ച് പിടിപ്പിച്ചാ പിന്നെ പെരുമഴപോല്യാണ് പണം വരുന്നത്. വല്ലാർപാടത്തെ താഴ്ന്നപ്രദേശങ്ങൾ നികത്തി റോഡുവെട്ടാനാ ഈ മണ്ണൊക്കെ കൊണ്ടുപോണത്. റോഡിന്റെ പണി തീർന്നാ മണ്ണിന്റെ ഡിമാന്റ് 'ഡും'ന്ന്

കീഴ്പോട്ട് പോരും. പിന്നെ നിങ്ങള് എന്നെ മഷിയിട്ടു നോക്ക്യാലും കിട്ടൂല്ല...”

“തഞ്ചവും തരവും നോക്കി മണ്ണുമൊതലാളി കഥകൾ സൃഷ്ടിച്ച് ആളോളെ കുപ്പീല് എറക്കി കിട്ടാവുന്ന മണ്ണൊക്കെ ലോറീല് കേറ്റി എറണാകുളത്തും തൃശൂരും വയല് നെകത്തി കെട്ടിടം വെക്കാൻ ബിൽഡർമാർക്ക് വിറ്റു. നാട്ടിലെ പല കുന്നുകളും ഇടിഞ്ഞു. നിരപ്പായിരുന്ന സ്ഥലങ്ങൾ കുഴികളായി. ഇപ്പോ ചെലർക്കൊക്കെ മണ്ണ് മൊതലാളീടെ കച്ചോട രഹസ്യം മനസ്സിലായീട്ട്ണ്ട്. ഇന്നാള് കാഞ്ഞാണീലോ കണ്ടശ്ശാംകടവിലോ വെച്ച് നാട്ട്വാര് ഇയാളുടെ ലോറി തടഞ്ഞൂന്നും കേറ്റ്യേ മണ്ണൊക്കെ എറക്കിച്ചൂന്നും കേട്ടു. ഇപ്പോ പുതിയൊരു കച്ചവടതന്ത്രം മെനഞ്ഞ്ട്ട്ണ്ടെന്നും കേൾക്കുന്നു.”

ഞാൻ ഡ്രൈവർക്ക് ചെവി കൊടുത്തു.

“മണ്ണിന് പകരം മണൽ. ഒരു ലോറി മണ്ണ് കയറ്റിയാൽ അതിന്റെ നാലിലൊന്ന് മണല്.... മണ്ണ് വിറ്റ് കിട്ടുന്ന പണംകൊണ്ട് വേണെങ്കി പുര പണിയാലോ.”

“നാട്ടില് എത്ര തട്ടിപ്പുകമ്പനികളുണ്ടെന്ന് സാറിനറ്യോ?”

ഞാൻ പത്രങ്ങളിൽ കണ്ടിട്ടുള്ള ചില പേരുകളോർത്തു. മാഞ്ചിയം, ഭാഗ്യശ്രീ, ടോട്ടൽ ഫോർ യു.... അങ്ങനെ ചിലതൊക്കെ.

പല പേരുകളും കേട്ടിട്ടുണ്ടെങ്കിലും ഓർത്തെടുക്കാനാവുന്നില്ല. തട്ടിപ്പുകമ്പനികൾ നടത്തി ലക്ഷപ്രഭുക്കളായവർ മറ്റു വ്യാപാരങ്ങളിലും പണമിറക്കി. പെൺവാണിഭം ഏറ്റവും ആദായകരവും ആനന്ദസന്ദായകവുമായ ഏർപ്പാടായിരുന്നു. പണച്ചാക്കുകൾ രാത്രിവെളിച്ചത്തിൽ പറന്നുവന്നു. ടി വിയിൽ സമീപകാലത്ത് കണ്ട പലമുഖങ്ങളും പരമേശ്വരൻ ഓർമ്മിച്ചു. ജീവിതത്തിന്റെ വിവിധ തുറകളിൽ വിജയം നേടിയവർ തലയിൽ മുണ്ടിട്ട് പൊലീസ് വണ്ടിയിൽ നിന്നിറങ്ങി കോടതിയിലേക്ക് പോകുന്നത് പരമേശ്വരൻ ആസ്വദിച്ച് കാണാറുള്ള വാർത്തകളായിരുന്നു. രാഷ്ട്രീയരംഗത്തും അഭിനയരംഗത്തും ഉദിച്ചുയർന്ന നക്ഷത്രങ്ങൾ പൊടുന്നനെ അസ്തമിക്കുമല്ലോ എന്ന് പരമേശ്വരൻ ഖേദിച്ചു. എന്നാൽ, അവരുടെ വെളിച്ചം കെട്ടുപോയത് കുറച്ചു നാളുകൾ മാത്രം. അവരെ ചൂഴ്ന്ന്നിന്ന തീയും പുകയും കെട്ട് തീർന്നപ്പോൾ ഒന്നും സംഭവിക്കാത്തതുപോലെ അവർ പ്രസംഗിക്കാനും പത്രസമ്മേളനങ്ങൾ നടത്താനും ജാഥ നയിക്കാനും സീരിയലുകളിൽ അഭിനയിക്കാനും തുടങ്ങി.

“മണ്ണു മൊതലാളിക്ക് വേറെ ബിസിനസൊന്നുമില്ലേ?” പരമേശ്വരന്റെ ചോദ്യം കേട്ട് ഡ്രൈവർ ചിരിച്ചു.

“വേറെ ബിസിനസ് എന്തിനാ? ഇദന്നെ പോരേ? അയാക്ക് കുറുക്കന്റെ കണ്ണാ സാറേ. ഇവട്യൊക്കെ കെടന്ന് ചുറ്റിത്തിര്യേണതിന്റെ രഹസ്യം എന്താന്നാ വിജാരിച്ചേ. ആ കോവിലകത്ത്മ്മ്ലാ അയാക്ക്

നോട്ടം. അത്ശ്ശി കിട്ടീതന്നേ. ആ പ്രാന്തൻ തമ്പുരാൻ അയാളെ എന്താ ചെയ്യാന്ന് കണ്ടറീണം. പക്ഷേങ്കില് അതിന് മുമ്പ് തന്നെ മൊതലാളിയെ നാട്ട്വാര് കൈകാര്യം ചെയ്യും."

ആൽമരം, കപ്പേള, കിണറ്, ജ്ഞാനോദയം കലാസമിതി, പരമേശ്വരൻ തന്റെ നാടിന്റെ അടയാളങ്ങൾ തിരിച്ചറിഞ്ഞു.

അവിടെ വെച്ച് തന്നെ ടാക്സിക്കാരനെ തിരിച്ചയച്ചു. ഇനിയുള്ള ദൂരം നടക്കാം. കാലുകളിൽ മണ്ണിന്റെ സ്പർശമേറ്റിട്ട് കാലമെത്രയായി. പരമേശ്വരൻ കലുങ്കിന്മേലിരുന്ന് കാലിലെ ചെരുപ്പുകൾ അഴിച്ചുമാറ്റി പോക്കറ്റിൽ ചുരുട്ടി വെച്ചിരുന്ന പ്ലാസ്റ്റിക് സഞ്ചിയിലിട്ടു. സഞ്ചിയും തൂക്കി നഗ്നപാദനായി മണ്ണിന്റെ സ്പർശമേറ്റ ഉൾപ്പുളകത്തോടെ നടക്കുന്ന അയാളെ ആരും തിരിച്ചറിഞ്ഞില്ല.

ഇരുണ്ട, ഇടുങ്ങിയ ഇടവഴികളിൽ കൂടി തിങ്ങി ഞെരുങ്ങി മണ്ണുകയറ്റാത്ത ലോറികൾ തിരുച്ചുവരുന്നു. അവയ്ക്ക് വഴി കൊടുക്കാൻവേണ്ടി പരമേശ്വരൻ നന്നേ ബുദ്ധിമുട്ടി എതയിലേക്ക് കയറിനിന്നു. ലോറികളുടെ ഇരമ്പം അകന്നുപോയപ്പോൾ കോവിലകത്തിന്റെ അന്തരാളത്തിൽനിന്ന് സർക്കസ് കൂടാരത്തിൽ നിന്നെന്നപോലെ വന്യമായ അലർച്ചകൾ കേട്ടു. ഭീതിദമായ ആ ശബ്ദത്തിന്റെ ഉറവിടത്തിലേക്ക് അടുക്കുംതോറും പരമേശ്വരന്റെ നെഞ്ചിടിപ്പുകളേറി.

കോവിലകത്തിന്റെ പടിക്കലെത്തുമ്പോഴും തമ്പുരാന്റെ രോഷം കെട്ടടങ്ങിയിരുന്നില്ല. അദ്ദേഹം കലിതുള്ളി നില്ക്കുകയാണ്. പള്ളിവാൾ കൈയിലുണ്ടായിരുന്നെങ്കിൽ മണ്ണുമൊതലാളിയുടെ തലവെട്ടി പൊളിച്ചേനെ എന്ന് അവിടെ കൂടിനില്ക്കുന്നവരിലാരോ പറഞ്ഞു.

"അവൻ മൊതലാള്യല്ല, എരപ്പാള്യാണ്. ഇന്നലെവരെ നാട്ടില് തെണ്ടിത്തിരിഞ്ഞ് നടന്നിരുന്നോൻ പ്പൊ മൊതലാള്യാണത്രെ. മണ്ണുമൊതലാളി! പണത്തിന്റെ ഹുങ്കുകൊണ്ട് അവൻ ന്റെ മണ്ണിന് വെല പറ്യാൻ വന്നിരിക്ക്ണു. ഇതിനകത്ത് കടന്നാ ഞാനവനെ ഭസ്മാക്കും. ന്ന്ട്ട് ന്റെ മണ്ണിലിട്ട് ഉഴുത് മറയ്ക്കും. ധൈര്യണ്ടെങ്കി വന്ന് നോക്കട്ടെ." തമ്പുരാൻ ചിന്നം വിളിച്ചുകൊണ്ട് വളപ്പിന് ചുറ്റും ഓടി. ഓരോ മൂലയിൽനിന്നും ഓരോ പിടി മണ്ണ് വാരി വായിലിട്ട് ആസ്വാദ്യതയോടെ ചവച്ചരച്ച് തിന്നു.

തലേദിവസം പെയ്ത വേനൽ മഴയിൽ നനഞ്ഞ് കുതിർന്ന് കിടക്കുന്ന മണ്ണ് ഒരു കൊച്ചുകുട്ടിയുടെ സന്തോഷത്തോടെ രണ്ട് കൈകളിലുമായി വാരി എന്റെ മണ്ണ്... എന്റെ മണ്ണ്... എന്ന് പിറുപിറുത്തുകൊണ്ട് കോവിലകത്തേക്ക് നടക്കുമ്പോൾ മണ്ണു തിന്നാനുള്ള ആർത്തി പരമേശ്വരനിൽ ജഠരാഗ്നിയായി കത്തി ജ്വലിച്ചു.

ഹെലികോപ്റ്റർ

ഹെലികോപ്റ്ററിന്റെ കത്തിക്കരിഞ്ഞ അവശിഷ്ടങ്ങൾക്കിടയിൽ തന്റെ ഭർത്താവിനെ തിരിച്ചറിയാനോ വീണ്ടെടുക്കാനോ വസുമതി പോയില്ല. ഫോൺവിളികൾ നിരന്തരമായി വന്നുകൊണ്ടിരുന്നപ്പോൾ സഹികെട്ട് ഫോൺ ഓഫ് ചെയ്തു. ഏതോ കുന്നിൻ ചെരുവിൽനിന്ന് അടിച്ചുകൂട്ടി എടുക്കാവുന്നതാണോ നഷ്ടപ്പെട്ട ജീവിതം. ആ ചിന്തയിൽ വസുമതിയുടെ ഉള്ളു നീറി. അവളുടെ മനസ്സ് ക്ഷോഭിച്ച കടലായി മാറി. ഇന്നലെ സന്ധ്യക്ക് അവളെ തേടി വന്ന വാർത്തയേക്കാൾ ഞെട്ടിപ്പിക്കുന്ന വാർത്തയൊന്നും ഇനിവരാനില്ല. പ്രകൃതിവാതകത്തിനുവേണ്ടി കടലിൽ ഡ്രില്ലിങ് നടത്തുന്ന റിഗ്ഗിലേക്കുള്ള യാത്രയ്ക്കിടയിലാണ് ഹെലികോപ്റ്റർ തീപിടിച്ച് ഏതോ കുന്നിൻ ചെരുവിൽ തകർന്ന് വീണത്. പൈലറ്റടക്കം അഞ്ചു പേരായിരുന്നു യാത്രക്കാർ.

നടന്നതിന്റെ വിശദാംശങ്ങളിൽ അവൾക്ക് താല്പര്യമില്ല. കഥ തീർന്നു. അടിവരയും ഇട്ടു. ഇനി വെട്ടിത്തിരുത്തലിനോ കൂട്ടിച്ചേർക്കലിനോ പഴുതില്ല. എല്ലാം ഇന്നലെ ടി വിയിൽ കാണിച്ചതാണ്. അത് കാണാൻ ശക്തിയില്ലാതെ ടി വി ഓഫ് ചെയ്ത് എത്ര നേരം ലോകത്തോടുള്ള ബന്ധം വേർപ്പെടുത്തി കിടന്നു എന്ന് നിശ്ചയമില്ല. ഉണർന്നത്, ശംഭുവിന്റെ കരച്ചിൽ കേട്ടപ്പോഴാണ്. അവളുടെ മനസ്സിനെ നിഷ്കരുണം പിച്ചിച്ചീന്തിയ ആപത്തിന്റെ അർത്ഥമോ രൂക്ഷതയോ ഒരു നാലു വയസ്സുകാരന് മനസ്സിലാവില്ലല്ലോ. വാസ്തവത്തിൽ തീ പിടിച്ച് കുന്നിൻ ചെരുവിൽ തകർന്ന് വീണ ഹെലികോപ്റ്ററിനൊപ്പം വലിയ ഉയരത്തിൽനിന്ന് നടുക്കടലിൽ വീണിരിക്കുകയാണ്, വസുമതി. മുങ്ങിത്താഴ്ന്ന് കൊണ്ടിരിക്കുന്ന അവൾക്ക് പിടിവള്ളികളൊന്നുമില്ല. അവളെ രക്ഷപ്പെടുത്താൻ തോണിയുമായി വരുന്ന രക്ഷകനില്ല. ദൈവംപോലും കൈവെടിഞ്ഞിരി

ക്കുന്നു. വെന്റിലേറ്ററിലൂടെ പറന്നുവന്ന പത്രത്തിലെ മുഖ്യവാർത്തയോടൊപ്പം ഒരഗ്നിഗോളത്തിന്റെ ചിത്രം. കുന്നുകളിൽ കത്തിക്കരിഞ്ഞ ലോഹാവശിഷ്ടങ്ങളും മനുഷ്യശരീരങ്ങളും ചെടികളും വൃക്ഷങ്ങളും. ഇൻസെറ്റിൽ അവളുടെയും മകന്റെയും ചിത്രം. വേറെയും രണ്ടു പേരുടെ ഭാര്യമാരുടെ ചിത്രങ്ങളുണ്ട്. തികച്ചും അപരിചിതർ. മനസ്സ് കേഴുന്നതിനിടയിൽ ഓർത്തു, അവർക്ക് കുഞ്ഞുങ്ങളായിട്ടില്ലായിരിക്കാം. ബാക്കി രണ്ടു പേരുടെ ഭാര്യമാരുടെ ഫോട്ടോകൾ വാർത്ത കൊടുക്കുന്ന സമയം പത്രമാഫീസിലെത്തിയിട്ടുണ്ടാവില്ല. അല്ലെങ്കിൽ അവർ അവിവാഹിതരായിരിക്കാം. ഒരുപക്ഷേ, ഈ ട്രിപ്പിനുശേഷം അവർ വിവാഹിതരാവാൻ തയ്യാറെടുക്കുകയാവാം. സാദ്ധ്യതകൾക്ക് കൈയും കണക്കുമില്ല. രാജസ്ഥാനിലെയോ ഉത്തർപ്രദേശിലെയോ രണ്ടുപെൺകുട്ടികൾ വൈധവ്യ ദുഃഖത്തിൽനിന്നും തലനാരിഴയ്ക്ക് രക്ഷപ്പെട്ടതായി വസുമതിക്ക് തോന്നി. അല്ലെങ്കിൽത്തന്നെ പുതുമോടിയിൽത്തന്നെ കൊഴിഞ്ഞുവീണ സ്വപ്നങ്ങളിൽ ചവിട്ടി മെഹന്ദിയണിഞ്ഞ കാലുകളും വികാരം തളിരിടുന്ന മനസ്സും പൊള്ളിച്ചുകൊണ്ട് നീറിനീറി...

അവൾ മകന്റെ പുറത്ത് താളം പൊത്തി തന്നെ വലയംചെയ്യുന്ന അഗ്നിജ്വാലകളിൽനിന്ന് പുറത്ത് കടക്കാൻ വ്യഥാശ്രമം നടത്തി. അദൃശ്യമായ അഗ്നിജ്വാലകളിൽ വെന്തുപൊള്ളിക്കൊണ്ട് അവൾ കിടന്നു. തലച്ചോറിലേക്ക് തിരിയുളിപോലെ ആഴ്ന്നിറങ്ങുന്ന വാതിൽ മണിയൊച്ച ഭ്രാന്ത് പിടിപ്പിക്കുമെന്നായപ്പോൾ ബെല്ലിന്റെ സ്വിച്ച് ഓഫ് ചെയ്തു. തെല്ലിട മാത്രം നീണ്ടുനിന്ന നിശ്ശബ്ദത. വീണ്ടും വാതിലിൽ മുട്ടുന്ന ശബ്ദം. കിടക്കപ്പൊറുതിയില്ലാതായപ്പോൾ മുടി വാരിക്കെട്ടി സാരി നേരെയാക്കി എഴുന്നേറ്റു. ഒന്നും അറിയാതെ ഉറങ്ങിക്കിടക്കുന്ന ശംഭുവിനെ ഒരുനിമിഷം നോക്കി നിന്നു. വാതിൽ തുറന്നപ്പോൾ അന്വേഷണങ്ങളും സമാശ്വാസവുമായി കെട്ടിടത്തിലുള്ളവർ മുഴുവനും. അവരിൽ പലരും ഇന്നലെ ടിവിയിൽ ദൃശ്യങ്ങൾ കണ്ടവരാവാം. മറ്റുള്ളവർ കാലത്ത് പത്രത്തിലെ വാർത്ത കണ്ട് ഓടി വന്നവരാവാം. എന്തായാലും മുറിയിലും വരാന്തയിലും ആളുകൾ നിറഞ്ഞപ്പോൾ അന്തരീക്ഷത്തിലെ ഈർപ്പവും വിയർപ്പുമണവും കലർന്ന ഒരു വല്ലാത്ത വാട അവളെ ശ്വാസം മുട്ടിച്ചു. അടക്കിപ്പിടിച്ച സംസാരങ്ങളും മൊബൈൽ മണിയൊച്ചകളും കൂടിയായപ്പോൾ പിടിച്ചുനില്ക്കാൻ വയ്യെന്നായി. എന്നാൽ തന്റെ ദുഃഖത്തിലും വേദനയിലും പങ്കുകൊള്ളാൻ വന്നിരിക്കുന്നവരുടെ മുന്നിൽ മുഖം ചുളിക്കുന്നതോ അസഹ്യത പ്രകടിപ്പിക്കുന്നതോ അവൾക്കാലോചിക്കാൻ കൂടി വയ്യ. അടുത്ത ഫ്ളാറ്റിലെ ജയ വെള്ളേപ്പവും സ്റ്റ്യൂവും പ്രാതലിന് കൊണ്ടുവന്നിരിക്കുന്നു. രാജലക്ഷ്മിയുടെ ഫിൽട്ടർ കോഫിയുടെ മണം മുറിയിലാകെ നിറയുന്നു...

“നിങ്ങളെന്തിനാണ് ബുദ്ധിമുട്ടി ഇതെല്ലാം കൊണ്ടു വന്നിരിക്കുന്നത്? എനിക്കിപ്പോൾ വിശപ്പും ദാഹവും ഇല്ല.”

"വസുമതിയുടെ അവസ്ഥ ഞങ്ങൾക്കറിയാം. എന്നാൽ ഇതൊന്നും മനസ്സിലാക്കാറായിട്ടില്ലാത്ത ശംഭുവിന്റെ കാര്യം ആലോചിക്കണ്ടേ..."

അവൾ മറുപടി പറഞ്ഞില്ല. അവർ പറയുന്നതും ശരിയായിരിക്കാം. മനസ്സിനെ ഞെരിച്ചു പിഴിയുന്ന ചിന്തകളുടെ ആക്രമണം അവസാനിക്കുകയില്ല. അതിനെ നിയന്ത്രിക്കാൻ തനിക്കാവില്ല. എന്നാൽ അതോടൊപ്പം ശരീരത്തെയും ഉപദ്രവിക്കുന്നത് നല്ലതല്ല. മനസ്സും ശരീരവും തളർന്നാൽ അത് ബാധിക്കുന്നത് ശംഭുവിനെയാവും...

അവൻ, രണ്ടാഴ്ച കഴിഞ്ഞ്, കൈ നിറയെ ചോക്ലേറ്റുകളും സമ്മാനങ്ങളുമായി വരുന്ന അച്ഛനെ സ്വപ്നം കണ്ടു കൊണ്ടാവാം ഉറങ്ങുന്നത്. ഇന്നലെ കാലത്ത് പ്രാതൽ കഴിച്ച് അമ്മയേയും മകനേയും ചേർത്ത് പിടിച്ച് ഉമ്മ വെച്ച് ജുഹുവിലെ പഴയ എയർപോർട്ടിലേക്ക് ചോപ്പറിൽ കയറാൻ പോകുന്ന ആളുടെ മനസ്സിൽ ആപത്തിന്റെ കരിനിഴൽ വീണിട്ടുണ്ടാവില്ല. ചോപ്പറിലെ യാത്ര അപകടകരമാണെന്ന് ഇടയ്ക്ക് സൂചിപ്പിക്കാറുണ്ടെങ്കിലും അത് ഇത്ര അടുത്ത് ഇന്നലെയാണെന്ന് ആരോർത്തു. അവൾ രണ്ടാഴ്ചക്കാലം വേർപിരിഞ്ഞുള്ള ജീവിതത്തെക്കുറിച്ചാണ് സങ്കടപ്പെട്ടത്. ഇനിയിപ്പോൾ എത്രകാലം...

"ഒരു ഡ്രില്ലിങ് റിഗ്ഗിൽ ജോലി ചെയ്യുന്ന എഞ്ചിനീയറേക്കാൾ നല്ലതല്ലേ മോളേ ഐ ടി രംഗത്ത് ഉദിച്ചുയരുന്ന നക്ഷത്രം?" എന്ന് അച്ഛനമ്മമാർ ആവർത്തിച്ച് ചോദിക്കുമ്പോൾ അവർക്ക് ഒരേ മറുപടി.

"മാസത്തിൽ പതിനഞ്ചു ദിവസം പിരിഞ്ഞിരുന്നാലും ബാക്കി പതിനഞ്ചു ദിവസം എപ്പോഴും കൂട്ടിനുണ്ടാവുമല്ലോ. ഒരു മെക്കാനിക്കൽ എഞ്ചിനീയറുടെ മുമ്പിലും വലിയ വാതിലുകൾ തുറക്കില്ലെന്നുണ്ടോ, ഈ ഐ ടി വിപ്ലവം എന്നൊക്കെ പറയുന്നത് മലവെള്ളം പോലെയാണ്. വരുന്നതു പോലെ തന്നെയാവും, പോകുന്നതും." അതോടെ അച്ഛനും അമ്മയും അവളെ തന്നിഷ്ടത്തിന് വിട്ടു. അവർ, പാവങ്ങൾ, ഈ വാർത്തയുടെ ആഘാതം താങ്ങാനാവാതെ...

സന്ദർശകരുടെ പ്രവാഹം ഒന്നവസാനിച്ചെങ്കിൽ എന്നവൾ വേദനയോടെ പ്രാർത്ഥിച്ചു. ആളുകളുടെ തിരക്ക് ഏകദേശം അവസാനിച്ചപ്പോൾ വാതിലടച്ചു. മകന്റെ അടുത്ത് പോയി കിടന്നു. മുടിയിഴകളിലൂടെ വിരലുകളോടിച്ചു. അവൻ രണ്ടാഴ്ച കഴിയുമ്പോൾ ചോദിക്കുന്ന ചോദ്യങ്ങൾക്ക് എങ്ങനെ മറുപടി പറയും എന്ന ചിന്ത നെരിപ്പോടുപോലെ നീറിപ്പിടിക്കാൻ തുടങ്ങി. പൊടുന്നനെ ലോകം അവസാനിക്കുന്നതു പോലെ.... മുകളിൽ തിരിയുന്ന ഫാനിനൊപ്പം അവളുടെ ലോകവും വട്ടത്തിൽ തിരിഞ്ഞുകൊണ്ടിരുന്നു.

വളരെ മൃദുവായി വാതിലിൽ തട്ടുന്നത് കേട്ടപ്പോൾ അതാരായിക്കുമെന്ന് ഊഹിക്കാനാവാതെ അവൾ ഉൽക്കണ്ഠപ്പെട്ടു. എഴുന്നേറ്റ് വാതിൽ തുറക്കാൻ മടിച്ചു. നിമിഷങ്ങളിലെ നിശ്ശബ്ദതയ്ക്കുശേഷം വീണ്ടും താളമൊപ്പിച്ചുള്ള മുട്ട്. അങ്ങനെ വാതിലിൽ താളം പിടിക്കാറുള്ളത് ഒരേ ഒരാൾ മാത്രമായിരുന്നു. അവളെ ഏറെ മോഹിക്കുകയും സ്വപ്നം കാണുകയും

ചെയ്ത ഒരാൾ. ആ ഒരാളുടെ ചിത്രം കോളേജിൽ നിന്നിറങ്ങുമ്പോൾ തന്നെ മാച്ചു കളഞ്ഞതാണല്ലോ. കൗമാരപ്രണയത്തിന്റെ സാഫല്യത്തെക്കുറിച്ച് രണ്ടു പേർക്കും സംശയങ്ങളുണ്ടായിരുന്നതു കൊണ്ട് വഴിവിട്ട ബന്ധങ്ങളിലേക്ക് വഴുതി വീഴാതിരിക്കാൻ രണ്ടുപേരും ശ്രദ്ധിച്ചത് എത്ര നന്നായി എന്ന് വസുമതിക്ക് പിന്നീട് തോന്നിയിട്ടുണ്ട്. ഇന്നിപ്പോൾ അതൊക്കെ പഴങ്കഥയായി. അവൾ അതെന്നോ മറന്നു. പക്ഷേ, ഈ വാതിൽതാളം തന്നെ പഴയ ഒരു കാലത്തിലേക്ക് നടത്തുകയാണോ. ഇല്ല, ഇനി തനിക്കതാവില്ല. ചൂടു മാറാത്ത ചാമ്പലിൽ ചവിട്ടി കാല് പൊള്ളിയിരിക്കുമ്പോൾ....

അവൾ എഴുന്നേറ്റ് പോയി മെല്ലെ വാതിൽ തുറന്നപ്പോൾ അവളുടെ ഊഹം തെറ്റിയില്ല. അശോകൻ സംശയിച്ച് സംശയിച്ച് എന്ത് പറയണമെന്നറിയാതെ നിന്ന നില്പിൽനിന്നു. അയാൾ തൊണ്ട വരണ്ടതുപോലെ ഇടയിറക്കി. അവൾ മെല്ലെ പറഞ്ഞു, "വരൂ." അയാൾ അകത്ത് കടന്ന് കസേരയിലിരുന്നു. ചുമരിൽ ഫ്രെയിം ചെയ്ത് വെച്ചിരിക്കുന്ന അവളുടെയും രഘുവിന്റെയും വലിയ ഫോട്ടോവിലേക്ക് അശോകൻ നിരുദ്ധകണ്ഠനായി നിർന്നിമേഷം നോക്കിയിരുന്നു. പിന്നെ വളരെ താഴ്ന്ന ശബ്ദത്തിൽ പറഞ്ഞു.

"ഇന്ന് കാലത്ത് പത്രം കണ്ടപ്പോഴാണ്... അഡ്രസ്സ് തേടിപ്പിടിച്ച് ഇവിടെയെത്താൻ പ്രയാസപ്പെട്ടു. എന്താണ് പറയേണ്ടതെന്ന് അറിയില്ല. എനിക്ക് അതിനുള്ള പാകതയോ ലോകപരിചയമോ ഇല്ല. ഒന്ന് കണ്ട് പോകാമെന്ന് തോന്നി. വർഷങ്ങൾക്ക് ശേഷം നമ്മളെത്ര മാറിപ്പോയി. എന്തെങ്കിലും ആവശ്യമുണ്ടെങ്കിൽ വിളിപ്പുറത്ത് ഞാനുണ്ടാവും..."

അശോകൻ പെട്ടെന്ന് സംസാരം നിർത്തി ഇറങ്ങിപ്പോയി. അപ്പോൾ അസാധാരണമായൊരു ശൂന്യത, വിശന്ന് വലഞ്ഞ ഒരു വന്യമൃഗത്തെപ്പോലെ, അവൾക്ക് നേരെ വാ പിളർന്നു...

കള്ളൻ

എന്റെ കുട്ടിക്കാലത്തെ ഏറ്റവും വലിയ മോഹങ്ങളിലൊന്ന് ഒരു കള്ളനെ ജീവനോടെ കാണുക എന്നതായിരുന്നു. ആരോടും പറയാൻ വയ്യാത്ത അസാധാരണമായ ഈ മോഹം എനിക്കെങ്ങനെയുണ്ടായി എന്ന റിഞ്ഞുകൂടാ. മറ്റുള്ളവർ തിരുമുടിഞ്ഞ കള്ളന്മാരുടെ ധീരകൃത്യങ്ങളെ പുകഴ്ത്തി പറയുമ്പോഴും അവന്റെ വേഷപ്പകർച്ചകളെ അത്ഭുതത്തോടെ അവതരിപ്പിക്കുമ്പോഴും സാഹസികകൃത്യങ്ങളെ വിവരിക്കുമ്പോഴും ഒരു കള്ളന്റെ മുഖത്തെ രൗദ്രഭാവവും കണ്ണുകളിലെ ചുവപ്പുരാശിയും കൊമ്പൻ മീശയും മനസ്സിൽ തെളിയാറുണ്ട്. അത്തരം കഥകൾ കള്ളന് നല്കിയ പരിവേഷമാവാം അവനെ മനസ്സിൽ പ്രതിഷ്ഠിക്കുവാനുള്ള കാരണം. രാത്രികളിൽ ഉറക്കത്തിന്റെ പടുതകൾ വകഞ്ഞുമാറ്റി അവൻ മുഖദർശനവും നല്കാറുണ്ട്. അങ്ങനെയാവാം ഞാൻ കള്ളന്റെ ആരാധ കനായി മാറിയത്.

എന്റെ കുട്ടിക്കാലത്ത് രാജഭരണമായിരുന്നു. ഞങ്ങളുടെ കൊച്ചി മഹാരാജാവ് ശ്രീ പരീക്ഷിത്ത് പൊന്നുതമ്പുരാൻ... രാജാവെന്നാലരമ്മേ/ രാജാവീശ്വരനെൻ മകനേ... അന്തിയിൽ നാമം ചൊല്ലുമ്പോൾ അദ്ദേഹ ത്തിന്റെ അപദാനങ്ങൾ പ്രകീർത്തിച്ചും പാടിനടന്നും വളർന്ന എനിക്ക് ഒരു കള്ളനെ കാണണമെന്ന മോഹം പൊട്ടിമുളച്ചത് അത്ഭുതമെന്നേ പറയാനാവൂ. രാഷ്ട്രീയ പാർട്ടികളോ മന്ത്രിമാരോ ഒന്നും ഇല്ലാതിരുന്ന ആ പഴയ കാലത്ത് കൈക്കൂലി വാങ്ങുന്നവരോ പൊതുമുതൽ കട്ടുമുടി ക്കുന്നവരോ ഉള്ളതായി കേട്ടിട്ടില്ല. ആകെക്കൂടി തലമൂത്തവർ ഭയത്തോടെ പറഞ്ഞു കേട്ടിട്ടുള്ള ചില പേരുകൾ കായംകുളം കൊച്ചുണ്ണിയുടെയും പക്കാവട പരമുവിന്റെയും ഉടുമ്പ് രാഘവന്റെയും മറ്റുമായിരുന്നു. അവ രുടെ പേരു കേൾക്കുന്ന മാത്രയിൽ അമ്മയും അമ്മൂമ്മയും പുറത്തേക്കുള്ള

വാതിലുകൾ കൊട്ടിയടയ്ക്കാറുണ്ട്, വീട്ടിലെ ഒച്ചയും അനക്കങ്ങളും പുറത്തേക്ക് പോകാതിരിക്കാൻ. അമ്മൂമ്മയുടെ നാമം ചൊല്ലൽപോലും പതിഞ്ഞ സ്ഥായിയിലാവുന്നു. പ്രസിദ്ധരായ ഈ മോഷ്ടാക്കൾ എവിടെയാണ് കക്കാൻ കയറുന്നതെന്ന് വീട്ടുകാരെ മുൻകൂട്ടി അറിയിക്കാറുണ്ടത്രേ. അത്ര ഭീകരന്മാരായ കള്ളന്മാരെ കാണുന്നത് പോയിട്ട് അവരുടെ പേരുകേക്കുമ്പൊതന്നെ മൂത്രം പോകാറുണ്ട്. അതുകൊണ്ടാണ് ഒരു സാധാരണ പാവം കള്ളനെയെങ്കിലും നേരിട്ട് കാണണമെന്ന രഹസ്യമോഹം തോന്നിയത്. എന്നാൽ ഈ മോഹം പുറത്ത് പറയാനാവാത്തതുകൊണ്ട് മനസ്സിൽ മണ്ണുമാന്തി കുഴിച്ചിട്ടു.

ഞങ്ങളുടെ വീട് കുമ്പാരക്കുടി എന്ന് പേരുള്ള സ്ഥലത്തായിരുന്നു. അതെ, നിങ്ങൾ ഊഹിച്ചതുപോലെ കുമ്പാരന്മാർ കൂട്ടമായി താമസിക്കുന്ന സ്ഥലം തന്നെ കുമ്പാരക്കുടി. കുമ്പാരന്മാർക്ക് അവരുടേതായ ഒരു ഭാഷയുണ്ടായിരുന്നു. അത് തെലുങ്കാണെന്നും കന്നടയാണെന്നും ഞങ്ങൾ, സ്കൂൾ കുട്ടികൾക്കിടയിൽ ഭിന്നാഭിപ്രായങ്ങളുണ്ടായിരുന്നു. അത് തീർക്കാൻ വേണ്ടി ഞാൻ കുമ്പാരൻ ചോമനോട് ചോദിച്ചു.

"ചോമാ നിങ്ങള് ഏത് ഭാഷയിലാണ് തമ്മാമ്മില് വർത്താനം പറേണത്?"

"നങ്ങൾ നങ്ങടെ പാഷേല്തന്ന്യാണ് പറേണത്, കുമ്പാർപാഷ."

"ന്നെ അതൊന്ന് പടിപ്പിക്കോ"

"പറ്റൂല്ല തമ്പ്രാ. അത് ഉള്ളീന്ന് ബരാൻ കൊടുക്കണം. അല്ലാതെ കുമ്പാർ കുടിയിൽ ശുറ്റി നടന്നാൽ ബരുന്നതല്ല കുമ്പാർബാഷ. നങ്ങള്ക്ക് എയുത്തും വായനേം ഇല്ല്യ. ആകെള്ളത് ഈ ബെരലുകളുടെ വയക്കമാണ്. കളിമണ്ണില് ഈ ബെരലുകൾകൊണ്ട് എന്ത് വേണമെങ്കിലും മെനഞ്ഞെടുക്കാം..."

ഒരു ചക്രത്തിന്മേൽ കളിമണ്ണ് കയറ്റി ചക്രം തിരിഞ്ഞു തുടങ്ങുമ്പോൾ അത് കലമായും കുടമായും ചട്ടിയായും കൂജയായും മാറുന്ന വിദ്യ എത്ര നോക്കി നിന്നാലും എനിക്ക് മുഷിയാറില്ല.

"ഈ ചക്രത്ത്മ്മേ താമരപ്പൂവ് വിരിയോ?" എന്ന് ഞാൻ ഒരിക്കൽ ചോമനോട് ചോദിച്ചു. നിമിഷങ്ങൾക്കകം അവന്റെ ചക്രം തിരിയുകയും ഒരു മൺതാമര ഇതളിതളായി വിടരുകയും ചെയ്യുന്ന മാന്ത്രികവിദ്യയിൽ ഞാൻ വ്യാമുഗ്ദ്ധനായി ഇമതല്ലാതെ നിന്നു.

കുമ്പാരന്മാരുടെ വർത്തമാനം കേക്കാൻ രസായിരുന്നു.

സുന്ദരിയായ മീനാച്ചിയെ വളച്ച് അടുപ്പത്തിലായ രാമൻകുട്ടിയോട് അവൾ പറഞ്ഞുവത്രെ.

"രാമന്നായരേ നിങ്ങൾ ഒന്ന് ശുറ്റി ശുറ്റി വരൂ. ഇപ്പോ പൊലീസ്കാരൻ അകത്തുണ്ട്..."

ഇത് നേരോ നുണയോ എന്നറിയില്ല.

"കൊച്ചിഷ്ണൻമാഷ്ക്ക് വിളിക്കാൻ കൊടുക്ക്ണ്. നിങ്ങക്ക് എന്തിനാണ് മതിൽ പൊക്കി നോക്കാൻ കൊടുക്കണത്. ജാനകിയമ്മേടെ പസു

കെൺറ്റില് വീണ് ശത്തു. അങ്ങാടീല് ഉപ്പും മെളകും ബിക്കണ കടേല് പോഗാൻ കൊടുത്തിട്ടുണ്ട്.

ഊയിൻ്റമ്മേ ഇത്തറ ബല്ല്യേ കൊടത്തിന് നാല് രൂഫയോ. അത് നമ്മക്ക് മൊഥലാവ്ല്ല്യ യശ്മാ..."

അവരുടെ വർത്തമാനം കേട്ട് നിക്കാൻവേണ്ടി ഞങ്ങൾ സ്കൂളിലേക്ക് നേരത്തെ ഇറങ്ങും. അതറിയാവുന്ന അമ്മ ചീത്ത പറയും.

"ള്ള സമേം നാലക്ഷരം പഠിക്കാണ്ട് കുമ്പാരക്കുടി നെരങ്ങാൻ പൊക്കോ. പരൂക്ഷക്ക് കോഴിമൊട്ട കിട്ടും. അത് മ്മക്ക് പൊരിച്ച് തിന്നാം."

അമ്മയുടെ ശബ്ദം ഉയർന്ന് ആകെ പുകിലാവുന്നതിന് മുമ്പ് ഞങ്ങൾ പടി കടന്ന് ഓടും. പപ്രശ്ശ തലമുടീം കളിമണ്ണിന്റെ നിറമുള്ള മുണ്ടും താടീം മീശേം ഉള്ള കുമ്പാര രാമനെ എനിക്കിഷ്ടമായിരുന്നു. അവൻ മരുത നാട് ഇളവരശിയിലെ വാൾപ്പയറ്റ് നാക്കും ചുണ്ടും കൈവീശലും കൊണ്ട് കാണിക്കുന്നത് കണ്ട് ഞാനന്തം വിട്ട് നില്ക്കാറുണ്ട്. ശരിക്കും 'സില്മേലത്തെ യുത്തം തന്നെ' എന്നാണ് അസാരം കൊഞ്ഞലുള്ള കര്ണേട്ടൻ പറഞ്ഞത്. അത് പറഞ്ഞ ഉടനെ കര്ണേട്ടേൻ ശബ്ദം താഴ്ത്തി ചെവിയിൽ പറഞ്ഞു. "അപ്പൂ ഇവറ്റങ്ങളെ അത്ര ബിസ്വസിക്കണ്ട. കണ്ണ് തെറ്റ്യാ കക്ക്ന്ന ജാത്യാണെന്ന് ന്റെ വല്ല്യമ്മാൻ പറേണ കേട്ടു."

"ത്ഥൂ നീയും നെന്റെ വെല്ല്യമ്മാനും. അയാള് പറേണത് നെണക്ക് കാര്യാവേര്ക്ക്യാം. എന്നലേയ് എനിക്ക് അങ്ങനെയല്ല. അവര് കളിമണ്ണില് കവിത വിരിയിക്കുന്നവരാണെന്ന് ന്നാള് മല്യാളം മാഷ് പറഞ്ഞൂലോ. കേട്ടപ്പൊ അത് ശര്യാണെന്ന് നിക്കും തോന്നി." കളിമണ്ണിൽ ചോമൻ താമര വിരിയിക്കുന്നത് താൻ കണ്ടതാണല്ലോ. അതിലും കൂടുതൽ തെളിവ് വേണ്ടതുണ്ടോ.

ഞാൻ അഞ്ചാറ് കൊല്ലം കുമ്പാരക്കുടിക്ക് മുന്നിലൂടെ സ്കൂളിൽ പോവുകയും വരികയും ചെയ്യുന്നതിനിടയ്ക്ക് മഴയും മഞ്ഞും വെയിലുമായി കാലാവസ്ഥകൾ മാറി മാറി വന്നു. എന്റെ ഉയരം വർദ്ധിച്ചു. തടി കൂടി. തലമുടി ചീകിയൊതുക്കുന്നതിന്റെ രീതി മാറ്റി. എന്നിൽ ഈ മാറ്റങ്ങളൊക്കെ സംഭവിച്ചെങ്കിലും കുമ്പാരക്കുടിക്ക് മാറ്റങ്ങളൊന്നുമുണ്ടായില്ല. അവരുടെ വീടുകളുടെ മൺചുമരുകളോ മേല്ക്കൂരയോ മാറിയില്ല. അവരുടെ സ്ത്രീകൾ ഇപ്പോഴും മേൽമുണ്ടുകൊണ്ട് മാത്രം മാറ് മറച്ചു. പെണ്ണുങ്ങൾ തലയിൽ കലങ്ങളും കുടങ്ങളും നിറച്ച കൊട്ടകളുമായി പോകുമ്പോൾ നാട്ടിലെ പ്രസിദ്ധ കേഡികളിൽ ചിലർ മരക്കൊമ്പുകളിൽ തൂങ്ങിക്കിടന്ന് അവരുടെ മേൽമുണ്ടിനുള്ളിലേക്ക് കൈകടത്താൻ ശ്രമിക്കാറുണ്ടത്രേ. അപ്പോൾ അനങ്ങാൻ വയ്യാത്ത നിസ്സഹായതയോടെ "നെണ്ടെ അമ്മേടെ മൊലയ്ക്ക് പിഡിക്കടാ കയുവേറീ" എന്ന് അലറുന്നത് ഞാൻ കേട്ടിട്ടുണ്ട്. എന്താണ് സംഭവിച്ചതെന്ന് അറിയാൻ തിരിഞ്ഞു നോക്കുമ്പോഴേക്കും മേൽമുണ്ട് വലിച്ചിട്ട് എന്തെല്ലാമോ ദ്വേഷ്യത്തോടെ പിറുപിറുത്തുകൊണ്ട് തലയിലെയും മനസ്സിലെയും ഭാരംകൊണ്ട് ആകുലയായ അവളുടെ മുഖം വാടിയ പൂപോലെ ആയിരിക്കും...

കുമ്പാരന്മാർ എപ്പോഴും കളിമണ്ണിന്റെ നിറമുള്ള മുണ്ടുകൾ തന്നെ ഉടുത്തു. അപൂർവ്വം ചില ആണുങ്ങൾ മാത്രം സിനിമാ കഥാപാത്രങ്ങളെ അനുകരിച്ച് വേഷവും നടപ്പും പരിഷ്കരിച്ചു. വൈകുന്നേരമായാൽ പലരും കള്ളു കുടിക്കുകയും വഴക്കു കൂടുകയും പതിവായിരുന്നു. എന്നാൽ അവരുടെ കലഹങ്ങളും വഴക്കുകളും ഒരു തരത്തിലും പൊതു ജീവിതത്തെ ബാധിച്ചില്ല. ഗ്രാമങ്ങളിൽ കൊയ്ത്തുകാലം തുടങ്ങുന്ന തോടെ കുമ്പാരത്തികൾ വലിയ മുളംകുട്ടകളിൽ നിറയെ മൺപാത്രങ്ങ ളുമായി വീടുകൾതോറും കയറിയിറങ്ങുന്നു. ആദ്യകാലങ്ങളിൽ മൺപാ ത്രങ്ങൾക്ക് പകരം നെല്ലാണ് കൊടുക്കാറ്.

കാലത്തിന്റെ യാത്രയിൽ ഞാനും കൂട്ടുകാരും വളരുകയും ക്ലാസ് കയറ്റം കിട്ടുകയും ചെയ്തെങ്കിലും കുമ്പാരക്കുടിയിൽ മാറ്റത്തിന്റെ കാറ്റൊന്നും വീശിയില്ല. ഞാൻ ഉയർന്ന ക്ലാസുകളിലെത്തിയിട്ടും ഒരു കള്ളനെ നേരിൽ കാണാനുള്ള ബാല്യമോഹം തഴച്ചു തന്നെ നിന്നു.

എന്റെ അച്ഛന് മദ്രാസിലുണ്ടായിരുന്ന കച്ചവടം പൊളിഞ്ഞ് കടം വന്നു കയറിയപ്പോൾ ഞങ്ങൾ താമസിച്ചിരുന്ന വീടും തൊടിയും വിറ്റ് കുറെ കടം വീട്ടാൻ അച്ഛൻ തീരുമാനിച്ചു. പൂനിലാർക്കാവ് ക്ഷേത്രത്തി നടുത്ത് ചെറിയൊരു വീടും പറമ്പും അച്ഛൻ കണ്ടെത്തി. തറവാട്ടു വള പ്പിലെപ്പോലെ ഇടതൂർന്ന് മരങ്ങളും കിണറുകളും കുളങ്ങളും കാവുകളും ഇല്ലെങ്കിലും ഞങ്ങൾക്ക് ഒരുവിധം ഞെരുങ്ങി താമസിക്കാനുള്ള സൗക ര്യമുണ്ടായിരുന്നു. വേലിയിൽ സദാ ചിരിക്കുന്ന കാക്കപ്പൂവുകളും കൊങ്ങി ണിപ്പൂവുകളും അമ്മയ്ക്ക് കുളിക്കാൻ പോവുമ്പോൾ ഒടിക്കാൻ പാക ത്തിൽ നീരോലിത്താളിയും. നാല് മാവുകളും നല്ലവണ്ണം കാച്ച് തുടങ്ങിയ നാല് പ്ലാവുകളും ഇനിയും കായ്ഫലം തരാത്ത ചില ചമ്പത്തെങ്ങുകളും മാത്രമായിരുന്നു സ്ഥാവരസ്വത്തുക്കൾ. ആ വീടിന്റെ സൗകര്യം വരുന്ന വരോടൊക്കെ അമ്മ വിസ്തരിക്കുമായിരുന്നു.

“ആ കുമ്പാരക്കൂടീന്ന് പോന്നത് എത്ര ന്നായി. ഇപ്പൊ എന്നും കാല ത്തെണീറ്റ് ഭഗോതിയെ കുളിച്ചു തൊഴാലോ. അതിലും വല്ല്യേ ഐശ്വര്യം ഉണ്ടോ.” കച്ചവടം ചെയ്ത് കടംവന്ന് കയറിയ ദുഃഖത്തിൽനിന്ന് ഇനിയും കര കേറീട്ടില്ല്യാത്ത അച്ഛൻ അമ്മ പറയുന്നത് മൗനമായി കേട്ട് ഒടിച്ചു കുത്തിയപോലെ ഇരിക്കാറേയുള്ളു. ആ ഇരിപ്പിൽ അച്ഛന്റെ മനസ്സിലൂടെ തീവണ്ടികൾ മദ്രാസിലേക്കും തിരിച്ചും ഓടിക്കൊണ്ടിരിക്കുന്നത് എനിക്ക് മനസ്സിലാവാറുണ്ട്.

എങ്ങനെയെങ്കിലും പത്താംക്ലാസ് കഴിഞ്ഞ് കിട്ടിയാൽ എവിടേക്കെ ങ്കിലും വണ്ടി കയറണമെന്നും അച്ഛന് കൈമോശം വന്ന സൗഭാഗ്യങ്ങൾ തിരിച്ചു പിടിക്കണമെന്നും ഞാൻ മനസ്സിൽ മോഹവലകൾ നെയ്ത് അതിൽ ഒരെട്ടുകാലിയെപ്പോലെ കുടുങ്ങിക്കിടന്നു... പത്താം ക്ലാസ് കട ക്കാനുള്ള അക്ഷമയോടെയാണ് ഞാൻ എട്ടാം ക്ലാസിലെ പരീക്ഷയ്ക്കും പഠിച്ചത്. രാത്രി ഉറക്കമൊഴിച്ച് പഠിക്കുമ്പോഴാണ് ദീനമായ ഒരു കരച്ചിൽ ചാട്ടുളി പോലെ എന്റെ മനസ്സിൽ തറച്ചത്.

“തല്ലല്ലേ യശ്മാ, പിള്ളേര് ചക്ക തിന്നണമെന്ന് കൊതി പറഞ്ഞപ്പൊ...”

“നൊണ പറേന്നോടാ പെരുങ്കള്ളാ” എന്നലറിക്കൊണ്ട് ചായക്കടക്കാരൻ സേതു ആഞ്ഞടിക്കുന്ന ശബ്ദം എനിക്ക് ഉൾക്കിടിലമുണ്ടാക്കി. ഒച്ചയും ബഹളവും കരച്ചിലും കേട്ട് ഞാനും അച്ഛനും വളപ്പിലേക്ക് നടന്നു. ഞങ്ങളുടെ പ്ലാവിന്റെ ചുവട്ടിൽ നാലഞ്ചാളുകൾ കൂടിനിന്നിരുന്നു. അവരുടെ നടുവിൽ പേടിച്ചരണ്ട് എലിയെപ്പോലെ വിറച്ച് നിന്നിരുന്ന കള്ളൻ. ഒരു കള്ളൻ ഇത്ര പാവമാണോ എന്ന് ഞാനത്ഭുതപ്പെട്ടു. അവന്റെ നീണ്ട മുടിയിൽ ചുറ്റി വലിച്ചുകൊണ്ട് വയറ്റത്ത് തൊഴിക്കാൻ കാലു മടക്കുകയായിരുന്നു, സേതു. ഞാൻ എത്രയോ കാലമായി മനസ്സിൽക്കൊണ്ടു നടന്നിരുന്ന മോഹസാക്ഷാൽക്കാരത്തിനുവേണ്ടി കള്ളന്റെ മുഖത്ത് സൂക്ഷിച്ചു നോക്കി. അപ്പോൾ എനിക്ക് കടുത്ത നിരാശയാണ് തോന്നിയത്. ഒട്ടിയ കവിളുകളും ഭയം നിറഞ്ഞ കണ്ണുകളും ദൈന്യതയും പാരവശ്യവും നിഴലിക്കുന്ന ഈ മുഖവും കാണാനാണോ ഞാനിത്രയും നാൾ കൊതിച്ചത്. ഞാൻ വായിച്ചിരുന്ന കഥാപുസ്തകങ്ങളിൽനിന്ന് ഇറങ്ങി വന്ന് എന്റെ ഉറക്കം കെടുത്താറുള്ള ക്രൗര്യവും ബീഭത്സവുമായ മുഖങ്ങളെവിടെ, ഓരോരുത്തരെയായി കൈകൂപ്പി തൊഴുത് കരയുന്ന ഈ പാവത്താന്റെ മുഖമെവിടെ. കരുണ യാചിക്കുന്ന കണ്ണുകളും നനവാർന്ന മുഖവും എനിക്ക് ധൈര്യം തന്നു.

“അവനെ വിടൂ.” ഞാൻ സേതുവിനോട് പറഞ്ഞു.

“കുട്ടി എന്തറിഞ്ഞിട്ടാ പറേണ്. ഇവൻ ഇന്ന് ചക്ക കട്ടു. നാളെ വീട് കുത്തിപ്പൊളിക്കില്ലെന്ന് എങ്ങനെ ഒറപ്പിക്കാം?”

“ഏയ് അവനതിനൊന്നും ധൈര്യണ്ടാവില്ല്യ. ഇപ്പൊ ആർക്കും മൺപാത്രങ്ങൾ വേണ്ടാത്തതുകൊണ്ട് അവന്റെ ഉപജീവനം മുട്ടിയിരിക്കാം. അവന്റെ കുട്ടികൾ വിശന്ന് കരഞ്ഞതുകൊണ്ടാവാം, അവൻ നിസ്സാരകളവുകൾ ചെയ്യാൻ ധൈര്യം കാട്ടിയത്.”

“എത്ര കാലായിടാ കള്ളാ നീ കക്കാൻ തൊടങ്ങീട്ട്.”

സേതു അവന്റെ മുടിയിൽ പിടിച്ച് വലിച്ചുകൊണ്ട് ചോദിച്ചു.

“കള്ളനെന്ന് വിളിക്കല്ലേ യശ്മാ. ബേണെങ്കി ന്നെ കൊന്നോളൂ. നങ്ങൾ കക്കാൻ പോഗാറില്ല. കുട്ടികൾ ചക്ക തിന്നാൻ വാസി പിടിച്ചപ്പൊ തോന്നിയ പുത്തിമോസം ശെമിക്കണം. ഇനി നാൻ ശെയ്യൂല്ല.”

ഞാൻ താഴത്ത് കിടന്നിരുന്ന ചക്കയെടുത്ത് ചോമന്റെ തലയിൽ വച്ചു കൊടുക്കുമ്പോൾ അവന്റെ മുഖത്തേക്ക് ഒന്നുകൂടി സൂക്ഷിച്ചു നോക്കി. അവന്റെ കണ്ണിൽ ഒരു ചക്രം തിരിയുന്നതാണ് ഞാൻ കണ്ടത്. മണ്ണിൽ രൂപങ്ങൾ വാർത്തെടുക്കുന്ന ചക്രം.

ഗൾഫ് വിരുന്ന്

എയർ ഇന്ത്യയുടെ വണ്ടിച്ചക്രങ്ങൾ നിലത്ത് മുട്ടിയതോടെ കൊച്ചാപ്പുവിന് ഇരിക്കപ്പൊറുതിയില്ലാതായി. സീറ്റ് ബെൽറ്റിന്റെ അടയാളം മായുന്നതിന് മുമ്പ് തന്നെ അയാൾ സീറ്റിൽനിന്ന് ചാടിയെഴുന്നേറ്റ് തലയ്ക്ക് മുകളിലുള്ള ലഗ്ഗേജ് കംപാർട്ട്മെന്റിന്റെ വാതിൽ തുറക്കാൻ ശ്രമിച്ചു. ഒരെയർ ഹോസ്റ്റസ് പ്രകടമായ പരിഭ്രമത്തോടെ ഓടിവന്ന് അയാളോട് അമർഷത്തോടെ പറഞ്ഞു.

“വിമാനം പൂർണ്ണമായും നില്ക്കുന്നതിനും സീറ്റ് ബെൽറ്റ് സയിൻ മായുന്നതിനുംമുമ്പ് ആരും എഴുന്നേല്ക്കരുതെന്നും ലഗ്ഗേജ് കംപാർട്ട്മെന്റ് തുറക്കരുതെന്നും അനൗൺസ് ചെയ്തത് നിങ്ങൾ കേട്ടില്ലേ.”

കൊച്ചാപ്പു ഉത്തരമൊന്നും പറയാതെ ഒരു വളിച്ച ചിരിയോടെ വിഷണ്ണനായി നിന്നു. അവരുടെ മുലയ്ക്ക് മീതെയായി ഷർട്ടിൽ കുത്തിയിരുന്ന സ്വർണ്ണ നിറമുള്ള നെയിം ബാഡ്ജ് അതിനു താഴെയുള്ള മാംസക്കുന്നിന്റെ ഏകദേശ ഉയരം എത്രയാണെന്ന് ഊഹിക്കാൻ കൊച്ചാപ്പുവിനെ പ്രേരിപ്പിച്ചു. എന്നാൽ ബാഡ്ജിൽ എഴുതിയിരുന്ന പേരിന്റെ അക്ഷരങ്ങൾ സ്വർണ്ണത്തിളക്കത്തിൽ വായിക്കാൻ കഴിഞ്ഞില്ല. കളവ് കണ്ടുപിടിച്ച അദ്ധ്യാപികയുടെ മുമ്പിൽ കുറ്റസമ്മതം നടത്തി ശിക്ഷ ഏറ്റുവാങ്ങാൻ നില്ക്കുന്ന ഒരു വിദ്യാർത്ഥിയുടെ മുഖഭാവമായിരുന്നു, കൊച്ചാപ്പുവിന്. നാലാം ക്ലാസിലെ വസുമതി ടീച്ചറുടെ ‘നീട്ടെടാ കൈ’ എന്ന രോഷം കലർന്ന ശബ്ദം വർഷങ്ങളുടെ മുളംകാടുകളിൽനിന്ന് വന്ന ചൂരലിന്റെ സീൽക്കാരത്തോടൊപ്പം അയാളുടെ കാതിൽ പതിച്ചു. കൊച്ചാപ്പു ഒരു നിമിഷം കണ്ണടച്ചു. കണ്ണുതുറന്നപ്പോൾ എയർ ഹോസ്റ്റസിന് വസുമതി ടീച്ചറുടെ തനിച്ഛായയായിരുന്നു. അവരുടെ ചുവന്ന സ്കർട്ടിന്റെയും ഇൻസർട്ട് ചെയ്ത വെള്ളഷർട്ടിന്റെയും സ്ഥാനത്ത് വസുമതി ടീച്ചറുടെ

മുഷിഞ്ഞ സാരിത്തുമ്പ് കൊച്ചാപ്പുവിന്റെ മുഖത്തുരസി. കൊച്ചാപ്പു കൈ വെള്ളകൾ പാന്റിൽ അമർത്തി തുടച്ച് സ്വസ്ഥാനത്തിരുന്നു. അയാൾ തന്റെ സെൽഫോണിലെ സിംകാർഡ് മാറ്റി ഇന്ത്യയിൽ വിളിക്കാവുന്ന സിം കാർഡ് എടുത്തിട്ടു. വിമാനത്തിന്റെ ഏതോ എക്സോസ്റ്റ് സിസ്റ്റത്തിൽ നിന്നുവന്നിരുന്ന സീൽക്കാരശബ്ദം നേർത്ത് നേർത്ത് ഇല്ലാതെയായി. കൊച്ചാപ്പു മനസ്സമാധാനത്തോടെ എഴുന്നേറ്റു. ലഗ്ഗേജ് കംപാർട്ട്മെന്റിൽ നിന്ന് ഡ്യൂട്ടിഫ്രീഷോപ്പ് ദുബായ് എയർപോർട്ട് എന്ന് വലിയ അക്ഷര ത്തിൽ എഴുതിയിരുന്ന രണ്ട് പ്ലാസ്റ്റിക് ബാഗുകൾ അതീവ ശ്രദ്ധയോടെ പുറത്തെടുത്തപ്പോൾ കൊതിക്കണ്ണുകൾ അതിന് ചുറ്റും തുമ്പി കളെപ്പോലെ പറക്കുന്നത് കൊച്ചാപ്പു മനസ്സിലാക്കി. അപ്പോഴേക്കും കൊച്ചാപ്പുവിന്റെ മൊബൈൽ ശബ്ദിച്ചു. അയാളുടെ മറുപടികളിൽനിന്ന് എനിക്ക് ചില ചോദ്യങ്ങളെങ്കിലും ഊഹിക്കാൻ കഴിഞ്ഞു.

(ഡാ കൊച്ചാപ്പൂ നീയെവ്ട്യാ)

ദാ ഇപ്പ വണ്ടിച്ചക്രങ്ങള് നെലത്ത് മുട്ടീട്ടേള്ളൂ.

(ഞാൻ നെണക്ക് പോകാനുള്ള വണ്ടി ശരിപ്പെടുത്തണോ)

മ്മടെ ചെക്കമ്മാര് കാറുകൊണ്ടരും. നീ പേടിക്കാണ്ടിരിക്ക്. ഒക്കെ ശരിപ്പെടുത്താഡാ ശവീ. കത്തിച്ചാ കത്തണ സാധനം നാല് കുപ്പി കൊണ്ട ന്ന്ട്ട്ണ്ട്. മ്മക്ക് അടിച്ച് പൊളിക്കാന്ന്. ഞാനല്ലേ പറേണ്.

കൊച്ചാപ്പു മറ്റുള്ളവർ എഴുന്നേല്ക്കുന്നത് നോക്കിയിരുന്നു. കോറി ഡോറിൽ മനുഷ്യശിരസ്സുകൾ നിറഞ്ഞതിന് ശേഷമേ കൊച്ചാപ്പു ചന്തി പൊന്തിച്ചുള്ളു. കോറിഡോർ താണ്ടി പുറത്തേക്കുള്ള കവാടത്തിലെത്തി യപ്പോൾ പുഞ്ചിരിച്ചുകൊണ്ട് നില്ക്കുന്നു, വസുമതി ടീച്ചറുടെ മുഖമുള്ള എയർ ഹോസ്റ്റസ്. കൊച്ചാപ്പു അവളുടെ മുഖത്ത് നോക്കിയില്ല. 'നീ പോടീ എരണം കെട്ടോളെ' എന്ന് മനസ്സിൽ പറഞ്ഞുകൊണ്ടാണ് കൊച്ചാപ്പു പടി യിറങ്ങിയത്.

ലഗ്ഗേജിന് വേണ്ടി ട്രോളിയെടുക്കാൻ പോകുമ്പോൾ കൊച്ചാപ്പു പുറ ത്തേക്കൊന്നു നോക്കി. 'താഴേക്കാട്ട്കാര് മുഴോൻ ന്നെ സ്വീകരിക്കാൻ വന്ന്ട്ട്ണ്ട്ന്നാ തോന്ന്ണ്. ഇവർക്കൊക്കെ എന്താ ഞാൻ കൊട്ക്കാ ന്റെ ഈശോയേ?'

കൊച്ചാപ്പു മെല്ലെ നീങ്ങാൻ തുടങ്ങിയ കൺവെയർ ബെൽട്ടിലേക്ക് നോക്കി ആലോചിച്ചു. അതിലൂടെ നീങ്ങിവരാൻ പോകുന്ന പെട്ടിയിൽ അമ്മയ്ക്കും പെങ്ങമ്മാർക്കുമുള്ള കൊറെ സോപ്പും പെർഫ്യൂമും പിന്നെ ചില ലൊട്ട് ലൊടുക്ക് സാധനങ്ങളും. ഇവരൊക്കെ ആര് വിളിച്ചിട്ടാ വന്നേ ക്കണതെന്ന് കൊച്ചാപ്പു അത്ഭുതപ്പെട്ടു.

തന്റെ കൈയിലുള്ളത് മറ്റുവഴിക്ക് നഷ്ടപ്പെടുന്നതിനുമുമ്പ് കൈയോടെ കൈക്കലാക്കാമെന്ന പൂതിയുമായി ഇറങ്ങിയിരിക്കയാണ് എമ്പോക്കികൾ.

കൊച്ചാപ്പു പണിയൊന്നുമില്ലാതെ ഇവിടെ തേരാപാരാ നടക്കുന്ന കാലത്ത് ഇവനെയൊന്നും കണ്ട ഓർമ്മ പോലുമില്ല. ആരും സിങ്കിൾ ചായ പോലും വാങ്ങി തന്നിട്ടില്ല.

അതൊക്കെ ഓർത്ത് എച്ചിത്തരം കാണിക്കാൻ ഇനി കൊച്ചാപ്പുവിന് ആവുമോ. ബാർബർ ബാലനെപ്പറ്റിയുള്ള സിനിമ കൊച്ചാപ്പു കണ്ടിട്ടുണ്ട്. ആ ഓർമ്മയിൽ, 'താഴേക്കാടിന്റെ അഭിമാനമാണവൻ' എന്ന് മനസ്സിൽ മൂളി.

ലഗേജ്ട്രോളിയുന്തി ഗെയ്റ്റിനടുത്തെത്തുമ്പോഴേക്കും ആയിരം കൈകൾ കൊച്ചാപ്പുവിനെ വാരി. കൊച്ചാപ്പുവിന് മുഖമൊന്നും കണ്ടു കൂടാ.. കൈകൾ.. കൈകൾ മാത്രം. അയാൾ അന്തംവിട്ടതുപോലെ മിഴിച്ചു നില്ക്കുകയാണ്. ആരേയും തടയാൻ വയ്യ. ആരോടും അരുതെന്ന് പറയാനും വയ്യ. എല്ലാരും ഇപ്പോൾ കൊച്ചാപ്പുവിന്റെ അഭ്യുദയകാംക്ഷികൾ. അയാൾക്ക് വേണ്ടപ്പെട്ടവർ.

രണ്ടു വലിയ വണ്ടികളിലായി അവർ പുറപ്പെട്ടു. ക്വാളിസോ തവേരയോ എന്ന് കൊച്ചാപ്പു അന്വേഷിച്ചില്ല. അയാളുടെ പെട്ടികളും ബാഗുകളും വണ്ടികളുടെ ഡിക്കികളിലും കാരിയറിലും സുരക്ഷിതമാണെന്ന് സമാധാനിച്ചു. എന്നാൽ നാല്പതിഞ്ചിന്റെ സാംസങ് എൽ സി ഡി ടി വി എവിടെയാണെന്നറിയാതെ അയാൾ അസ്വസ്ഥനായി.

കൊച്ചാപ്പു വഴിക്ക് വെച്ച് തന്നെ വണ്ടി നിർത്താൻ ആവശ്യപ്പെട്ടു. കൊരട്ടിയിലെ ജമുനത്രെഡ് മില്ലിന് സമീപം വണ്ടികൾ നിർത്തി. കൂടെ വന്നവർ വഴിയോരത്ത് ഭാരം കുറയ്ക്കുന്നതിനിടയിൽ എൽ സി ഡിയുടെ വലിയ പായ്ക്കറ്റ് കൊച്ചാപ്പു സ്വയം കണ്ടെടുത്ത് അയാളുടെ വണ്ടിയിൽ തന്നെ വെച്ചു. വേറെ ചിലർ പെട്ടിക്കടകളിൽനിന്ന് പൂവൻ പഴവും മുറുക്കും പരിപ്പുവടയും വാങ്ങിക്കൊണ്ടു വന്നു. ആ പരിപാടി കൊച്ചാപ്പുവിന് ഇഷ്ടമായി. ഇത്ര സ്വാദുള്ള വിഭവങ്ങൾ അടുത്തൊന്നും അനുഭവിച്ചിട്ടില്ല. നാടൻപഴത്തിന്റെ രുചി ഒന്ന് വേറെ തന്നെ. ലുലുവിലും മറ്റും കിട്ടുന്ന ഇന്ത്യൻ പഴങ്ങളും പച്ചക്കറികളും ഒരുപക്ഷേ, തമിഴ്നാട്ടിൽ നിന്നും മറ്റും വരുന്നതാവാം. കൊച്ചാപ്പുവിന്റെ അഭിപ്രായം കേട്ടപ്പോൾ രാഘവൻ പറഞ്ഞു.

"നൊമ്മടെ നാട്ടിലും ഇപ്പൊ പച്ചക്കറി കൃഷിയൊന്നൂല്ല്യ. ഒക്കേം തമിഴ് നാട്ടീന്ന് തന്ന്യാ." കൊച്ചാപ്പുവിന്റെ വരവ് കുടുംബം ഒരുത്സവമാക്കി. അളിയന്മാരും പെങ്ങമ്മാരും കുട്ട്യേളും ക്ടാങ്ങളും കൂടി ആകെ ബഹളമയം.

ഉച്ചയൂണും വിശേഷങ്ങൾ പങ്കുവെക്കലും കഴിഞ്ഞപ്പോൾ എൽ സി ഡി ടി വി കൂട്ടിനുള്ളിൽനിന്ന് പുറത്തു ചാടി.

'ഇത്രേം വല്ല്യേ ടി വി താഴെക്കാട്ട് ദേശത്തിലാർക്കുമില്ല. ഇതിന് ലക്ഷ്മി ടാക്കീസിലെ വെള്ളിത്തിരയോളംതന്നെ വലുപ്പണ്ട്.'

അതിന്റെ കണക്ഷനും മറ്റ് പരിപാടികളും നടക്കുമ്പോഴേക്കും പിള്ളേരുടെ ക്ഷമ നശിച്ചു. അവസാനം ടി വി സ്ക്രീൻ പ്രകാശിച്ച് ചിത്രങ്ങൾ തെളിഞ്ഞു തുടങ്ങിയപ്പോൾ കുട്ടികളുടെയും സ്ത്രീകളുടെയും ആഹ്ലാദ ശബ്ദങ്ങൾ കൊണ്ട് വീട് ഒരുത്സവപ്പറമ്പുപോലെ ശബ്ദമുഖരിതം.

പൊള്ളുന്ന വെയിലിൽ ശരീരം വെന്തതിന്റെ വേദനകൾ കൊച്ചാപ്പു

തല്ക്കാലം മറന്നു. വൈകുന്നേരമായപ്പോഴേക്കും കൂട്ടുകാർ കൊച്ചാപ്പുവിനെ കൊത്തിക്കൊണ്ടു പോകാൻ എത്തി.

അവരെ കണ്ടപ്പോൾ, കാലമാടന്മാർക്ക് ക്ഷമേല്ല്യ എന്ന് കൊച്ചാപ്പു സ്വയം പറഞ്ഞു. എന്നിട്ട് അയാൾ ധൃതിയിൽ കുളിച്ച് ഡ്രസ് ചെയ്തു, കൊച്ചാപ്പു മുറിയിൽനിന്ന് പുറത്ത് കടന്നപ്പോൾ ആ കൊച്ചുവീടാകെ പരിമളത്തിൽ മുങ്ങി. ചെറിയ കുട്ടികൾ കൊച്ചാപ്പുവിന് ചുറ്റും മൂക്ക് വിടർത്തി നിന്നു. കൊച്ചാപ്പു മറ്റുള്ളവരുടെ കണ്ണുവെട്ടിച്ച് തന്റെ കൊച്ചനിയത്തി സരളയ്ക്ക് നല്ലൊരു പെർഫ്യൂമിന്റെ കുപ്പി കൈമാറിയിരുന്നു. ഇനി കുടിയിറക്കി വിടാൻ അവളേ ബാക്കിയുള്ളു. അതോർത്തപ്പോൾ കൊച്ചാപ്പുവിന്റെ ഇടനെഞ്ച് കലങ്ങി. താൻ ഗൾഫുകാരനായതുകൊണ്ട് വരുന്നവന്റെയൊക്കെ മനസ്സിൽ ആർത്തി സമുദ്രങ്ങൾ അലതല്ലുകയാവും. സ്വർണ്ണത്തിന്റെ പുതിയ വില കണക്കിലെടുത്തുകൊണ്ടാവും വരുന്നവർ ആവശ്യങ്ങൾ അവതരിപ്പിക്കുന്നത്. ആ പൂതി മനസ്സിലിരിക്കട്ടെ. ദുബായ് ഗോൾഡ് സൂക്കിലെ സ്വർണ്ണം തന്റെ സ്വകാര്യ സ്വത്തല്ല എന്ന് വീട്ടിൽ കയറിയിറങ്ങുന്ന ദല്ലാളന്മാരോട് പറയേണ്ടി വരും. മനസ്സ് കലങ്ങി മറിയുന്നതിന് മുമ്പ് കൊച്ചാപ്പു ഡ്യൂട്ടിഫ്രീ ഷോപ്പിൽനിന്ന് വാങ്ങിയ പ്ലാസ്റ്റിക് സഞ്ചിയെടുത്ത് പുറപ്പെട്ടു. സഞ്ചിയിലെന്താണെന്ന് ആരും അന്വേഷിച്ചില്ല.

പുറത്ത് ടാക്സി കാത്ത് നിന്നിരുന്നു. ടാക്സി നീങ്ങിയപ്പോൾ കൊച്ചാപ്പു അന്വേഷിച്ചു.

"എവടയ്ക്കാടാ പിള്ളേരെ ന്നെ കെട്ടിവലിക്കണത്?"

"അതൊക്കെ ഞങ്ങള് ഏർപ്പാടാക്കീട്ട്ണ്ട്. കൊച്ചാപ്പു ചേട്ടൻ ഏനക്കേട്ണ്ടാക്കാതിര്ന്നാ മതി." ആൾത്താമസമില്ലാത്ത ഒരു പഴയ കെട്ടിടത്തിന്റെ മുറ്റത്താണ് അവരിറങ്ങിയത്. കൊച്ചാപ്പു ആളെണ്ണി നോക്കി. കാറിൽ നിന്നിറങ്ങിയവർ തന്നെ എട്ടു പേരുണ്ട് അകത്തും ചെല തലകൾ കാണാനുണ്ട്.

രണ്ടു കുപ്പി ജോണീവാക്കർ ബ്ലാക്ക്‌ലേബൽ മുഴുവൻ ദുഷ്ടന്മാർ കുടിച്ച് തീർത്താലത്തെ പുകിലെന്തായിരിക്കും എന്ന് കൊച്ചാപ്പു അന്തുതപ്പെട്ടു.

മുറ്റത്ത് എത്തിയപ്പോൾ തന്നെ നാടൻകോഴി മസാലയിൽ വേവുമ്പോഴുള്ള പ്രത്യേക മണം കൊച്ചാപ്പുവിന്റെ മൂക്കിലേക്ക് അടിച്ച് കയറി. നാട് വിടുന്നതിന് മുമ്പ് വീട്ടിലെ മുറ്റത്ത് പനമ്പിൽ പുഴുങ്ങിയ നെല്ല് ഉണക്കാനിട്ടാൽ അയൽപക്കത്തെ കോഴികൾ മണത്തറിയും. അവ ഒന്നൊന്നായി വന്ന് സുഭിക്ഷമായി നെല്ല് തിന്നും. അമ്മ തലയിൽ രണ്ടുകൈയും വെച്ച് കോഴികളെ പ്രാകിക്കൊണ്ട് കലിതുള്ളി പുറത്തേക്ക് വരും.

"ദൈവമേ, ന്റെ നെല്ല് മുഴോൻ തിന്ന് തീർത്തൂലോ നശൂലങ്ങള്. ഡാ കൊച്ചാപ്പൂ, ഈ കോഴ്യോള് നെല്ല് തിന്നണത് നോക്കിക്കൊണ്ട് എറേത്ത് ഇരിക്ക്യാണോ നീ?" അപ്പോൾ കൊച്ചാപ്പുവിന്റെ ബുദ്ധിയിൽ തെളിഞ്ഞ സൂത്രമാണ് കോഴിക്കെണി. നെല്ല്കുട്ടയുടെ ഒരറ്റം മുളങ്കമ്പുകൊണ്ട് താങ്ങ് കൊടുത്ത് ഉയർത്തി നിർത്തുക. മുളങ്കമ്പിന്റെ കീഴറ്റത്ത് ഒരു ചാക്ക് ചരട്

കെട്ടി ഇറയത്തെ തൂണിന്മേൽ കെട്ടുക. കൊട്ടയുടെ ഉള്ളിലും ചുറ്റുപാടും വിതറിയിട്ടുള്ള നെല്ല് തിന്ന് തിന്ന് കോഴി കൊട്ടയ്ക്കുള്ളിലെത്തുമ്പോൾ ഇറയത്തിരുന്ന് തൂണിന്മേൽ കെട്ടിയ ചരട് വലിക്കുക. കൊട്ടയ്ക്കുള്ളിലായ കോഴിയെ രാത്രിയാവുന്നതുവരെ വെച്ചുകൊണ്ടിരിക്കണം. രാത്രിയായാൽ പിടിച്ച് കശാപ്പ് ചെയ്ത് കറി വെക്കും. കൊച്ചാപ്പു പിടിച്ച കോഴികൾക്കും തിന്ന കോഴികൾക്കും കണക്കില്ല. നാടുവിട്ടതിനുശേഷം സ്വാദോടെ കോഴിയിറച്ചി തിന്നിട്ടില്ല. ഇന്നിപ്പോൾ കൂട്ടുകാർ അതിനുള്ള തഞ്ചം ഒരുക്കിയിരിക്കുന്നു. കൊച്ചാപ്പു അകത്തേക്ക് കയറുമ്പോൾ അടുക്കളയിൽ മുഴുപ്പുള്ള അയിലയും വരാലും വരിഞ്ഞ് ഉപ്പ് തേച്ച് വറക്കാൻ പാകത്തിന് വെച്ചിരിക്കുന്നു.

'പിള്ളേരടെ ഒരുക്കങ്ങൾ മോശല്ലലോ' എന്ന് അയാൾ ഉള്ളിൽ കരുതി. തന്റെ രണ്ടു കുപ്പി സ്കോച്ചിന്റെ വില ഈടാവും.

വിഭവങ്ങൾ തയ്യാറായപ്പോൾ എല്ലാവരും വട്ടം ചേർന്നിരുന്ന് ഗ്ലാസുകളിലൊഴിച്ച് കുടി തുടങ്ങി.

പെട്ടിക്കടക്കാരൻ സുബ്രൻ പറഞ്ഞു, "കൊച്ചാപ്പു ചേട്ടൻ, ഇവൻ തന്നെ ഒശത്തി സാധനം. അതിന്റെ നെറോം മൊഞ്ചും കണ്ടാല് കുടിച്ച് തീർക്കാൻ തോന്നില്ല്യ. ആരെങ്കിലും രാത്രി മുഴോൻ വായിലേക്ക് ഇറ്റിറ്റായി ഒഴിച്ച് തന്നാ മതി."

ഗ്ലാസിൽനിന്ന് ഒരു സിപ്പെടുത്ത് പ്രമോദ് ചോദിച്ചു, "കൊച്ചാപ്പേട്ടാ, അവിടെ ഇതിന് എന്ത് വെലെണ്ടാവും?"

"നെണക്ക് അപ്പം തിന്നാ പോരേ കുഴി എണ്ണണോ?"

"അല്ല, ഒരു ദിവസം മുഴോൻ ബിവറേജസ് കോർപ്പറേഷന്റെ മുമ്പില് ക്യൂ നിന്ന് മുടിഞ്ഞ വെലകൊടുത്ത് വാങ്ങണതൊന്നും ഇവന്റെ ഏഴയലത്ത് നിർത്താൻ പറ്റില്ല്യ."

ഇതിനിടയിൽ വീടിന്റെ പിൻവശത്ത് ഇരുളിൽ ചില നിഴലനക്കങ്ങളും അടക്കിപ്പിടിച്ച ശബ്ദങ്ങളും കൊച്ചാപ്പു കേട്ടു.

"ആരാണ്ടാ അപ്രത്ത്," കൊച്ചാപ്പു ചോദിച്ചു.

ആരും മറുപടി പറഞ്ഞില്ല. മറിച്ച് പ്രമോദ് കൊച്ചാപ്പുവിന്റെ ഗ്ലാസിലേക്ക് ഒരിക്കൽ കൂടി പകർന്നു. അപ്പോഴേക്കും പൊരിച്ച മീനും വരട്ടിയ ഇറച്ചിയും പിഞ്ഞാണങ്ങളിൽ നിരന്നു. പിന്നെ കൊച്ചാപ്പുവിന് പെഗ്ഗുകളുടെ എണ്ണം തെറ്റി.

തെല്ലിട കഴിഞ്ഞപ്പോൾ പ്രമോദ് കൊച്ചാപ്പുവിന്റെ ചെവിയിൽ പരമ രഹസ്യമായി എന്തോ പറഞ്ഞു. അയാളെ പിടിച്ചെഴുന്നേല്പിച്ച് ഉള്ളിലെ മുറിയിലേക്ക് കൊണ്ടുപോയി. പ്രമോദ് കൊച്ചാപ്പുവിന്റെ ചെവിയിൽ പറഞ്ഞു.

"സീല് പൊട്ടിക്കാത്ത സാദനാ."

കൊച്ചാപ്പുവിനെ അകത്താക്കി പ്രമോദ് വാതിലടച്ചു.

കൊച്ചാപ്പു ഒരുനിമിഷം ആശ്ചര്യപ്പെട്ട് നില്ക്കുമ്പോൾ ഇളം തളിരു പോലത്തെ പെൺകുട്ടി അയാളിൽ പടർന്നു കയറി. മരുഭൂമിയുടെ ദാഹങ്ങൾ അയാളിൽ കത്തിക്കയറി.

കൊച്ചാപ്പുവിന് പിന്നെ ഒന്നും ഓർമ്മയില്ല.

കാലത്ത് കൊച്ചാപ്പു കൺമിഴിച്ചപ്പോൾ വീട്ടിൽ ആളനക്കങ്ങളില്ല. അയാൾ അടുത്ത മുറിയിൽ ചെന്നപ്പോൾ മുട്ടുകാലിൽ മുഖം അമർത്തി പെൺകുട്ടി തേങ്ങുന്നു. അവളുടെ അടിവസ്ത്രങ്ങളിൽ രക്തക്കറകൾ. പുരുഷഗന്ധങ്ങൾ.

കൊച്ചാപ്പു തെല്ലിട നിശ്ചിന്തനായി നിന്നു.

അയാൾ ആ പെൺകുട്ടിയെ കൈ പിടിച്ച് എഴുന്നേല്പിച്ചു.

“വാ ഞാൻ നിന്നെ ഏതെങ്കിലും ഡോക്ടറുടെ അടുത്തേക്ക് കൊണ്ടു പോകാം.”

“വേണ്ട, അതപകടമാണ്. കൊച്ചാപ്പു ചേട്ടൻ എന്നെ ഗൾഫിലേക്ക് കൊണ്ടോയാ മതി. ഞാൻ എന്ത് ജോലി വേണമെങ്കിലും ചെയ്യാം. പറേന്നതൊക്കെ കേക്കാം. എന്നെ ഇവിടന്ന് രക്ഷപ്പെടുത്തൂ.”

“അങ്ങനെ എടുത്ത് ചാടി ഗൾഫിൽ പോകാനൊന്നും പറ്റില്ല. ഞാൻ അവിടെ ചെന്ന് തിരക്കട്ടെ.”

“തീർച്ച്യായിട്ടും ന്നെ കൊണ്ടുവോ. എനിക്ക് വാക്ക് തരോ.”

“ഞാൻ നോക്കാന്ന് പറഞ്ഞില്ലേ.”

പെൺകുട്ടി വീടിന്റെ പിൻവശത്തു കൂടി ഇറങ്ങി ഇടവഴിയിൽ അപ്രത്യക്ഷയായി. കാലേതന്നെ എഴുതി തയ്യാറാക്കിയിരുന്ന ഒരു തിരക്കഥയിലെ നായികയായിരുന്നോ അവൾ എന്ന് കൊച്ചാപ്പു അത്ഭുതപ്പെട്ടു.

9 789387 842793

Printed by Libri Plureos GmbH in Hamburg,
Germany